அன்பில் அவன்

ஜென்மாந்திர காதல் பயணம்

ஆருத்ரா

notionpress.com

INDIA • SINGAPORE • MALAYSIA

Notion Press

Old No. 38, New No. 6
McNichols Road, Chetpet
Chennai - 600 031

First Published by Notion Press 2019

Hardcase ISBN: 979-8-89475-539-7
Paperback ISBN: 978-1-64783-509-5

இக்கதையின் சமர்ப்பணம்

இவ்வுலகின் ஆதியும் அவனே, அந்தமும் அவனே

என்னைப் படைத்தவன் அவனே,

என் உலகின் ஆதி மற்றும் அந்தமும் அவனே

எம்பெருமான்

சிவன்

(சிவ-சிவ)

என்னுரை

உள்ளே "அன்பில் அவன்" (ஜென்மாந்திர காதல் பயணம்). இது கற்பனையில் உதிர்க்கப்பட்ட வெறும் கதையல்ல... வாழ்கை பற்றிய இரு இளஞ்சிட்டுக்களின் கனவு. காதல்.. ஒவ்வொருவரின் வாழ்க்கையிலும் மறக்கமுடியாத, மறைக்கமுடியாத ஒரு அற்புதம்....

சிலர் காதல் பற்றிய கனவிலும், சிலர் காதலின் நினைவிலும், சிலர் காதலின் சுகத்தை அனுபவித்தும், சிலர் காதலின் வலியை அனுபவித்தும் வாழ்ந்து கொண்டு இருக்கிறோம்.

நம் வாழ்க்கை துணையின் தோற்றத்தைப் பற்றியும், குணங்களைப் பற்றியும் நம் அனைவர்க்கும் நிச்சயம் ஒரு கனவு இருக்கும். அப்படிப்பட்ட கனவினிலே, உழன்றுக் கொண்டு இருக்கும் என்னுடைய கற்பனையில் செதுக்கிய கதையாக இருக்கலாம்.... இல்லையென்றால் உங்கள் வாழ்க்கையின் காதல் கணங்களைப் புரட்டிப் பார்க்கும் சிறு நினைவலைகளாக இருக்கலாம்...

இறுதியாக ஆனால் அழுத்தமாக சொல்ல வேண்டுமென்றால்....... இது காதல் பேசும் ஒரு காவியம்...

அவள் மீதான அவனின் அக்கறையும்,

அவள் மீதான அவனின் அன்பும்,

அவள் மீதான அவனின் காதலும் தான் அவளை அவனுக்கு அடிமையாக்கியது.

அவளது அன்பில், அவன் ஒரு அதிசயம். அவளையும், அவனையும் உள்ளே படியுங்கள்...... தவறு........ அனுபவியுங்கள்.

***

எனது அனைத்து முயற்சிகளுக்கும் உறுதுணையாகவும், என் சுதந்திர வாழ்விற்கு விழித்துணையாகவும் இருந்தும் என்றும் என்னை உற்சாகப்படுத்தும் என் அன்பு தாய், தந்தையருக்கு உளமார்ந்த நன்றிகளை உரித்தாக்குகிறேன்.

எனது படைப்பை மெருகேற்ற...எனக்கு மிகவும் உறுதுணையாய் இருந்து... என் வாழ்வை மட்டுமல்ல, எனது படைப்பையும் இன்பமாய் மாற்றிய என் அன்புக்கு இனிய யோகேஷ், ஜானு சுரேந்திரன் மற்றும் ஷ்ரவன் செல்லக்குட்டி ஆகியோருக்கு நன்றிகளை தெரிவித்துக் கொள்கிறேன்.

எனது இந்த முயற்சிக்கு முழு ஆதரவு அளித்து, முப்பொழுதும் என்நலனில் கருத்தாய் விளங்குகின்ற என் அன்புத் தோழி சிந்தனா சிவகுமார் அவர்களுக்கு நெஞ்சார்ந்த நன்றிகளை தெரிவித்துக் கொள்கிறேன்.

என்னை உத்வேகப் படுத்தி, எனக்கு தூண்டுகோலாய் விளங்கிய செல்வி. ரேவதி ராஜசேகரன் அவர்களுக்கு மனமார்ந்த நன்றிகளை பொழிவதில் மகிழ்ச்சி அடைகின்றேன்.

இந்நூலில் இடம்பெற்றுள்ள அனைத்து ஓவியங்களுக்கு சொந்தக்காரர்களும், எனது படைப்பான அன்பில் அவனை அழகோவியமாய் திகழ வைத்த செல்வி மு.அபிநயா மற்றும் திருமதி க.கலைவாணி அவர்களுக்கு மனமார்ந்த நன்றிகளை உரித்தாக்குகிறேன்.

எனது படைப்பிற்கு விமர்சகர்களாக இருந்த எனது தோழியர்கள் நந்தினி, பிருந்தா மற்றும் அனுஷா அவர்களுக்கு நன்றிகளை தெரிவித்துக் கொள்கிறேன்.

மேலும் இந்நூல் உருவாகுவதற்கு, மறைமுக காரணமாக இருந்த அனைத்து உறவுகளுக்கும், நண்பர்களுக்கும் எனது நன்றியை சமர்ப்பிக்கின்றேன்.

-ஆருத்ரா

***

அணிந்துரை

வணக்கம் சிறந்த காதலை பறைசாற்றுகின்ற "அன்பில் அவன்" காவியமானது, முற்றும் மாறுபட்ட கோணத்திலே படைக்கப் பட்டுயிருக்கிறது. மனிதர்களிடம் மிக அழுத்தமான தாக்கத்தை ஏற்படுத்துவது துன்பியல் முடிவு தான் என்பதில் எவ்வித ஐயமில்லை. ஆனால், இந்த கதையில் மிக அற்புதமான தாக்கத்தை ஏற்படுத்துவது, இதன் இன்பியல் முடிவு தான். அந்த முடிவு தான் அவர்கள் வாழ்க்கையின், அடுத்த நிலை காதல் பயணத்திற்கு வழிவகுக்கிறது.

காதலின் மகிமையை பேசியதோடு நின்று விடாமல், காதலின் வலியை நம்மிடையே பதியவைத்து, காதலின் வலியை ஆற்றுவது காதலால் மட்டுமே சாத்தியப்படும் என்பதை புரிய வைத்த "அன்பில் அவன்" காவியத்திற்கு வாழ்த்துக்களை உரித்தாக்குகிறேன்

-ஜெ.காமாட்சிகாயத்ரி

***

காதல் பயணத்தில்....

ஒரு ஜென்மாந்திர காதல் பயணம் இது....

காதல் ஒட்டு மொத்த அன்பையும், அழகையும், அர்ப்பணிப்பையும் அழகாக்கியுள்ளது....

உயிரோட்டமாக ஓடும் நீரோடையை போல இரு மனங்களின் காதலை ஒவ்வொரு வரிகளும் வர்ணிக்கின்றன.

இந்த இரு இதயங்களின் இறுக்கமான "காதல்", கண்டவுடன் காதலை மட்டுமே அனைத்து கதைகளில் உணர்ந்த நான்..... காதலை சொல்ல தவித்த நொடிகள், காத்திருந்த கன நிமிடங்கள், காதலை சொல்லிய பின்பும், பதில் வராமல் பரிதவித்த "பரிதாபங்கள்" என அனைத்தையும் இப்படைப்பாற்றலில் உணர முடிந்தது.

காதலித்த இரு மனங்களும், இணைய போராடிய போராட்டம், பின்பு நடைபெற்ற போர்க்களம் என அனைத்தும் காதலின் நம்பிக்கையை மேலும் வலுப்படுத்தியதாக உணர்ந்தேன்.

எளிமையான முயற்சி....ஏராளமான ஏக்கங்கள்......

அனைத்தும் ஓர் வித புது உணர்வு இக்கதையில்...

அனைவர்க்கும் புரியும் விதத்தில் அமைந்துள்ள இந்த கதையின் விருட்சகம் விதையாய் பல நெஞ்சில் விழுந்து மரமாய் வளர மனமார்ந்த வாழ்த்துக்களுடன்.

-அ. அமலி மேரி

***

காதல் அத்தியாயங்கள்

***

இக்கதையின் சமர்ப்பணம், எவன் ஒருவன் என் தந்தையின் பாசத்தை விட அதிகம் என்னை நேசிப்பவன், அதை உணர்த்தியவன்,
என்னவன் அவன்.

அவனே இக்கதையின் நாயகன், என் காதலன், என் இரண்டாவது தந்தை, என் தாய், என் நண்பன், என் முதல் குழந்தை.

அவள் விட்டுச்சென்ற இடத்தில் தொடங்கி அவனை நான் காதல் செய்தேன். அவள் மேல் அவன் வைத்திருந்த காதல், அவன் காட்டிய அன்பு, அக்கறை, பாசம், நேசம், அவன் அடைந்த ஏமாற்றம் அனைத்தையும் உணரும் பொழுது அவன் மேல் நான் வைத்திருந்த காதல் கூடியது.

அவளுக்காக அவன் சிந்திய ஒவ்வொரு துளி கண்ணீரும் கூறியது, அவள் அதிர்ஷ்டமற்றவள் என்று, அதே சமயத்தில் என் ஜென்மத்தின் புண்ணியம் என்று நினைத்துக் கொண்டேன். அவள் அவனை என்னிடம் விட்டு சென்று விட்டாள்.

காதல் சுயநலம் அற்றது என்று அவனைப் பார்க்கும் வரை நினைத்திருந்தேன், ஆனால் காதல் இரண்டும் கலந்தது என்று அவனிடம் நான் உணர்ந்தேன்.

எங்கள் காதல் துளிர்த்த இடம், நேரம், காலம் அனைத்தையும் எண்ணிப்பார்க்கையில் கண்களில் கண்ணீருடன், இதழோரம் சிரிப்புடன் அமர்ந்திருந்தேன் எங்கள் இருக்கையில்.

ஜென்ம ஜென்மங்களுக்கு எங்கள் காதல் வாழ்க்கையின் ஆரம்பம் என்று கூறி எங்கள் காதல் கதையைத் தொடங்குகிறேன்.

***

அறிமுக பகுதி-I

கதையின் பாதையில் பார்ப்பது அவனின்,

கடந்த காலம்...

நிகழ் காலம்...

எதிர் காலம்...

என்னவனின் பெயர் **"விஷ்வா"** அவனே இக்கதையின் நாயகன்.

அவனது முன்னால் காதலி "யாமினி' (அதிர்ஷ்டமற்றவள்). இன்றும் அவள் பெயரை அவன் உச்சரிக்கும் பொழுது விஷ்வாவின் முகத்தில் சிரிப்பொன்று மலரும். ஆனால் எனக்கோ அவள் பெயரை என் செவியினில் கேட்கும் பொழுது, என்னை அறியாது கோபம் எழும், அவற்றை இருவரும் வெளிப்படுத்தாமல் மௌனமாய் அத்தருணத்தைக் கடப்போம்.

எங்களது காதலை நீங்கள் முழுமையாக தெரிந்து கொள்ள, எங்கள் வாழ்க்கையில் முக்கிய நபர்கள் சிலர் இருக்கின்றனர். அவர்களை நான் அறிமுகம் செய்கின்றேன்.

எங்கள் வீட்டில் விஷ்வா, விஷ்வாவின் அம்மா, விஷ்வாவின் அப்பா மற்றும் அவனின் தங்கை. அவனுக்கு அவன் அம்மா என்று வரும் பொழுது இவ்வுலகினில் அனைத்தும் ஒன்றும் இல்லை, விஷ்வாவின் அப்பா, அவன் பயப்படும் ஒரே ஜீவன், மற்றும் அவனின் தங்கை வினிதா அவனின் பாதி, அவள் கண் கலங்காமல் பார்த்துக்கொள்வான்.

இவர்கள் தான் என் மாமனார், மாமியார் மற்றும் நாத்தனார், வினிதா என் தோழி. நாங்கள் இருவரும் வழக்கும்

***

செல்ல நாய்க்குட்டியின் பெயர் டாபி. அவன் எங்களுள் ஒருவனாக தான் இருப்பான்.

என் வீட்டில் நான், அப்பா, அம்மா மற்றும் நந்து. என் அப்பாவிற்கு உலகம் நான் தான். நான் என் அம்மாவின் பொக்கிஷம் மற்றும் என் செல்ல விசுவாச பிராணி நந்து. அதனின் வடிவம் ரயில் வண்டி போல் நீண்டு, மூக்கு ஊசியாக இருக்கும். நாய்களுக்கு பாசமும், விஸ்வாசமும் அதிகம் என்று அதனை வளப்பவர்களுக்கு மட்டும் தான் தெரியும், அது எங்கள் வீட்டின் செல்லப்பிள்ளை.

அவனின் ஆண், பெண் நண்பர்கள் மற்றும் எனது தோழிகள். இந்த நல்ல உள்ளங்கள் தான் எங்கள் காதலின் சந்தோஷங்களில், சண்டைகளில், கோபங்களில் பங்கு கொண்டு அதனை சுலபமாக முடித்து மேலும் எங்கள் காதலை வலுப்படுத்துவதில் முக்கியப் பங்கு வகிக்கின்றனர்.

நான் யார் என்ற குழப்பம் உங்களுக்கு இந்த தருணத்தில் எழும், நான் என் செல்ல விஷ்வாவின் மனைவி, என் பெயர் **“மீரா”** உங்களுடன் சேர்ந்து இக்கதையுடன் பயணிப்பவள், நானே என் வாழ்க்கை அத்தியாயத்தின் இயக்குனர்.

***

அறிமுக பகுதி-II

என் அவன்-அவனின் அறிமுகம்

அனைவரும் எங்கள் மேல் வைத்திருக்கும் அன்பினை கூறினேன் ஆனால் அவன் என்மேல் வைத்திருக்கும் அன்பினை கூறி முடிக்க ஒரு ஜென்மம் போதாது. அதனின் நுண்ணளவை இப்பொழுது கூற முயற்சிக்கிறேன்.

எவன் ஒருவன் நம் சந்தோஷத்திற்காக அவனை மாற்றிக்கொள்கிறானோ, அப்படிப்பட்டவனை நம்மவன் என்றுதான் கூற முடியும். விஷ்வா என் சந்தோஷத்திற்காக அவனின் பல செயல்களை மாற்றிக்கொண்டான், அப்படி மாற்றிக்கொண்ட தருணம் மிகவும் அழகானது.

அவனை நான் ஆயிரத்தில் ஒருவன் என்று கூற மாட்டேன், ஆனால் என் ஏழேழு ஜென்மங்களுக்கு ஒருவன் என்று கூறுவேன். நான் அவன் மேல் வைத்திருக்கும் காதலை பிரதிபலித்தது அவன் என் மேல் வைத்த காதல்.

அவனின் காதல் மிகவும் ஆழமானது மற்றும் அழகானதும் கூட. என் முகத்தினில் சிரிப்பை காண வேண்டும் எனில் அவனின் விடாமுயற்சி, அதற்காக அவன் செய்யும் அனைத்து விஷயங்களும் அழகு தான், அதில் அடங்கும் அவனின் சந்தோஷம்.

அவன் என்னிடம் அவன் காதலை கொடுத்து எதிர்பார்த்துக் காத்திருக்கும் ஒரே வார்த்தை, “என் அப்பாவை விட என்னை அதிக அக்கறையுடனும், பாதுகாப்புடன், பாசத்துடனும் பார்த்துக்கொள்கிறாய்” என்ற வார்த்தை எப்பொழுது என்னிடம் இருந்து வரும் என்பது தான்.

***

அனைத்து பெண்களுக்கும் தன், கணவன் தன்னை எப்படியெல்லாம் பார்த்துக்கொள்ள வேண்டும் என்று ஆசை இருக்கும், ஆனால் அப்படி ஆசைகள் வராத படி என்னை பார்த்துக்கொள்வான்.

அவனது கோபத்தின் அளவை எவராலும் அறிய முடியாது, எவராலும் எதிர்கொள்ளவும் முடியாது ஆனால் அவை அனைத்தும் என்னை நினைத்து மட்டுமே இருக்கும். அப்படி இல்லாவிடில் வெளியில் ஏதேனும் கோவம் என்றால், அமைதியாக என் மடி மீது தலை வைத்து உறங்கி விடுவான்.

என் அமைதியின் அர்த்தத்தைப் புரிந்து கொள்பவனாய், என் கோபத்தை பொறுத்துக் கொள்பவனாய், என் உறவுகளை அவன் உறவுகளாக மதிப்பவனாய், என் சலிப்புகளை ஏற்றுக்கொள்பவனாய், என் குறும்புத்தனத்தில் பொறுமை காப்பவனாய், என் சிரிப்பினை ரசிப்பவனாய், என்னிடம் மட்டும் அவன் கோபத்தைக் காட்டாதவனாய், என் காதலை என்னை விட அதிகம் புரிந்து கொள்பவனாய் இருக்கிறான் என் அவன்.

***

அறிமுக பகுதி-III

என் காதல் - அவன் விவரிக்கையில் அழகாக தோன்றியது

அவன் என்னிடம் "என்னை, நீ என் அம்மாவைப் போல் பார்த்துக்கொள்கிறாய்"என்று கூறும் பொழுது முகத்தினில் புன்னகையுடன், ஆனால் சிறிதும் என் எதிர்வினை வெளிக்காட்டாமல் நான் உன்னை நானாக பார்த்துக்கொண்டால் போதும் என்று கூறி நகர்ந்து செல்வேன்.

"நீ நம் குழந்தையை போல் என்னைப் பார்த்துக்கொள்கிறாய், நீ இன்றி என் தனிமையின் காலைப் பொழுது எப்படி நகரவேண்டும் என்பதின், வழி தெரியாமல்அமர்ந்திருந்தேன்" என்று அவன் கூறும் பொழுது, அவனின் வெகுளித் தனத்தை அறிந்து மனம் உருகிய படி மகிழ்ந்தேன்.

அவன் மேல் நான் வைத்திருக்கும் காதலை அவன் வித்தியாசமாக ரசிப்பான். ஏதாவது ஒரு பெண்ணைப் பார்த்து அழகாக இருக்கிறாள் என்று கூறி, என்னைக் கோபப்படுத்தி, நான் சண்டையிடுவதைப் பார்த்து, சிரித்துக்கொண்டே கூறுவான், "என் மேல் நீ வைத்திருக்கும் காதலின் ஆழத்தை ரசிக்கிறேன்" என்று.

அவனிடம் நான் சண்டை போடும் நேரங்களில், கோபம் அதிகமாக இருக்கும் பொழுது, அவனால் என்னை சரி செய்ய முடியாது என்ற நிலை வரும் பொழுது, அவன் பாவம் போல் முகத்தை வைத்துக்கொண்டு, சிறு பிள்ளை போல், "எனக்கு தலைவலி, வயிற்று வலி, காய்ச்சல்" என்று கூறுவான். அவனுக்குத் தெரியும் என் கோபம் அதற்குப்பின் நிலைக்காது என்று. அவனின் உடல் நலத்தில் என் கவனம் வந்தவுடன், என் கோபம் தணிந்த உடன், அவன் சொன்னது பொய்

***

என்று கூறி என்னிடம் சரணடைவான். ஆனாலும் அவன் எப்பொழுதும் உடம்பு சரி இல்லை என்று கூறும்பொழுது அவனை சந்தேகிக்கத் தோன்றாது.அது அவனுக்கு மிகவும் பிடித்த ஒன்று.

நான் மிகுந்த சந்தோஷத்தில் இருக்கும் பொழுது, என் கண்கள் அவனை மட்டும் தேடும். அதனைப் பகிர்ந்து கொள்ள, அவன் அதை பின் நின்று ரசிப்பான்.

நான் மிகுந்த சோகத்தில் இருக்கும் பொழுது என் மனம் தேடும் ஒரே ஜீவன் அவன் தான். ஆனால் நான் தேட வேண்டிய அவசியம் இல்லை. ஏன் என்றால் அவன் என் கை பிடித்து பக்கம் நிற்பான்.

அவன் எனக்காக செய்யும் பெரிய விஷயங்களை சிறிதும் கண்டு கொள்ளமாட்டான் ஆனால், நான் செய்யும் சிறு சிறு விஷயங்களை ரசிப்பான். அவன் அவனது காதலை என்னிடம் விவரிக்கும் பொழுது, நான் ஆச்சரியத்துடன் பார்ப்பேன் அவனின் கண்களை. அதில் தெரியும் அவன் என் மேல் வைத்திருக்கும் காதல்.

ஆருத்ரா

***

அத்தியாயம் - 1

கல்லூரி நாட்கள்

அறிமுக தருணங்கள் எதிர்பாராதவை

நான் எங்களின் அறிமுகத்தில் இருந்து நகர்த்துகிறேன் தருணங்களை, அதில் அடங்கும் அவனின் முன்னோக்கிய நாட்கள் மற்றும் எங்களின் பின் வரும் நொடிகள்.

விஷ்வா B.E முதலாம் ஆண்டு மாணவன். அவன் ஸ்மார்ட்டா, அழகா, மீடியம் வளர்த்தியில் இருப்பான். பெண்களை கவரும் வகையில் இருக்கும் அவனது ஹேர் ஸ்டைல். அவனைப் பார்த்தாலே தெரியும் ஜிம்மிற்கு செல்லும் பையன் மற்றும் வொர்கவுட் அவனின் ஹாபி என்று. பைக் ரேசிங் என்றால் அவனுக்கு உயிர் மூச்சு. அதில் அவன் காட்டும் அக்கறை, ஆர்வம், சந்தோஷம் இன்றும் நான் எதிலும் காணவில்லை அவனிடம்.

நான் **மீரா** அதே கல்லூரியில் இரண்டாம் ஆண்டு படிக்கும் மாணவி, அவனின் கூற்றுப்படி, “அவளிடம் எந்த ஒரு காரியத்தையும் அதட்டி செய்ய வைக்க முடியாது, ஆனால் அன்பாக எடுத்துக் கூறினால் கேட்பாள்” என்று கூறுவான்.மேலும் என் மனதிற்கு பிடித்தவர்கள் அனைவரும், என்னை கருவாச்சி என்று தான் அழைத்தனர், ஆனால் நான் பொன்னிறத்தில் இருப்பேன் என்று தான் மற்றவர்கள் கூறுவர். “என் அப்பா என்றால் எனக்கு உயிர், அவரின் சந்தோஷத்திற்காக தான், நான் இருக்கிறேன்” என்று கூறுவான், அவன் அப்படி கூறும் பொழுது அவன் முகத்தில் தெரியும் சிறு சிணுங்கல் மற்றும் என் மேல் வைத்த காதல்.

அன்று ஃப்ரெஷர்ஸ் டே, காலேஜ் முழுவதும் கோலாகலமாக இருந்தது. நான் ஆர்க்கிடெக்ட் டிபார்ட்மென்ட் வாசலில் நின்று

***

கொண்டிருந்தேன், அப்பொழுது என்னை பின் நின்றவாறு அழைத்து, முன்னால் வந்து குதித்து, “**நான் ஃப்ரெஷர், மீட்டிங் ஹாலுக்கு எந்தப் பக்கம் போகணும்?** என்று ஒரு பையன் என்னிடம் கேட்டான். ஓர் இடத்தில் நிற்காமல் அங்கும், இங்கும் அவன் கால் ஆடிக்கொண்டு இருந்தது. அவன் கண்கள் அலை பாய்ந்த வண்ணம் இருந்தன.

அவன் கண்களில் இருந்த துறு, துறு துள்ளல்,
அவன் கால்கள் தரையில் ஆடிய ஆட்டம்,
அவன் குறும்புத்தனத்தினால் வெளிப்பட்ட சேட்டை,
அவன் வாய் மூடாமல் பேசிய பேச்சு.

இவை அனைத்தும் லாபியில் இருந்த அனைவரையும் அவன் பக்கம் திரும்பி பார்க்க வைத்தது.

“முதல் மாடி இரண்டாவது ரூம், வேகமா போ, இன்னும் கொஞ்ச நேரத்துல மீட்டிங் ஸ்டார்ட் ஆயிடும்” என்று சொல்லி அனுப்பினேன்.

அவனும் என்னிடம் **தேங்க்ஸ்** சொல்லிட்டு படி ஏற தொடங்கினான். சட்டென்று திரும்பி ‘**ஹலோ நீங்க என்ன படிக்கிறிங்க**’ ன்னு கேட்டான்.

‘நான் செகண்ட் இயர் ஸ்டுடன்ட், இப்போ இது ரொம்ப முக்கியம், வேகமா ஹாலுக்குள்ள போ, முதல் நாளே யார்கிட்டயாவது வசவு வாங்கிறாத’ என்று சொல்லி விட்டு திரும்பினேன்.

***

ஐந்தாவது படி ஏறுவதற்குள் **'தேங்க்ஸ்'** என்று சொல்லிவிட்டு, **சிரிச்சிகிட்டே நீங்க ரொம்ப அழகா இருக்கீங்க, நம்ம ஒரு நாள் கண்டிப்பா செல்பி எடுத்துக்கலாம் அக்கா** என்று கண்சிமிட்டி சொல்லி விட்டு, படி ஏறி வேகமாக ஓடி விட்டான். நான் பாதி சிரிப்புடனும் ஆச்சரியத்துடனும் அவனை பார்த்துக் கொண்டிருந்தேன்.

அஷ்மித்ரா என் தோழி, அவள் என்னை கிளாஸ்ஸிற்கு அழைக்க வந்தாள். “லேட்டாயிடுச்சி, டிபார்ட்மெண்ட்ல இருக்கிற வேலைய அப்புறம் பார்த்துக்கோ இப்போ கிளாஸ்ஸிற்கு வா” என்று கூறி அழைத்துச்சென்றாள்.

பிரேக் டைம் வந்தது, நானும் அஷ்மித்ராவும் லைப்ரேரி செல்வதற்காக வாசலில் நின்று கொண்டிருந்தோம். அப்பொழுது அந்த ஃப்ரெஷர் பையன் வந்து, **ஹாய் இன்னைக்கே நம்ம ரெண்டாவது தடவை மீட் பண்றோம்** என்று சொன்னான்."**உன் பேர் என்னனு தான கேக்க வரீங்க, நானே சொல்லிடறேன், என் நேம் விஷ்வா, எனக்கு படிக்கணும்ன்னு ரொம்ப ஆர்வம் கிடையாது, சும்மா ஒரு கம்பெனில செலக்ட் ஆகுற அளவுக்கு அறிவு வளர்த்துக்கிட்டா போதும் கா**”ன்னு ஆடிகிட்டே பேசிட்டு போனான்.

அஷ்மித்ரா அவனை பார்த்து “இப்படியாடா வாய் ஓயாம பேசுவ, எங்களுக்கு வேல இருக்கு, நாம நிதானமா உன் கதையை அப்புறம் பேசலாம்”னு சொன்னாள்.

அஷ்மித்ராவின் வார்த்தை எனக்கு கஷ்டமாக இருந்தது. பாவம் டி அவன் சின்ன பையன் துறு துறுன்னு பேசுறான், அவன போய் இப்படி ஓட்டாதடி என்று சொல்லி முடிப்பதற்குள், அவன் சிரிச்சிகிட்டே **'நா ஒன்னும் தப்பா எடுத்துக்கல அக்கா, நீங்க ரெண்டு பேரும் உங்க வேலைய பாருங்க' ன்னு** சொன்னான்.

***

என்னிடம் திரும்பி **உங்க பேர் என்ன?** என்று கேட்டான், மீரா என்றேன், **கோபக்கார அக்கா உங்க பேர் என்னனு** கேட்டான், அஷ்மித்ரான்னு சொல்லிட்டு அவளும் சிரித்தாள். அவன் இருக்கும் இடத்தில் அனைவரின் சிரிப்பிற்கும் அவன் உத்திரவாதம் என்ற முத்திரையை பதிக்கத் தவற மாட்டான்.

கல்லூரி வாழ்க்கை மெதுவாக நகரத் தொடங்கி,

•••ஆறு மாதங்கள் கடந்தன•••

பட்டாம்பூச்சி கூட்டம் பூக்களின் வாசத்தை நுகர்ந்து, தேனை தேடிச்செல்வது போல விஷ்வாவை பற்றி பரவலாக இன்பர்மேஷன் பரவியது. அவனது துரு துரு தன்மை, அனைத்து பெண்களையும் அவனிடம் போய் பேசச் செய்தது.

இரண்டாவது செமஸ்டர் நாளின் ஆரம்பம், அனைவரின் கண்களிலும் ஒரு பதட்டம் தழுவியது, ஏன் என்றால் அன்று ரிசல்ட் டே. ஆர்கிடெக்ட் முதலாம் ஆண்டு மாணவர்கள் முதல், இறுதி ஆண்டு மாணவ மாணவியர்கள் அனைவரும் டிபார்ட்மென்ட் ஆடிட்டோரியம் முழுவதும், வரிசையாக அமர்ந்திருந்தோம். எங்களது மார்க்ஸ் மற்றும் ரேங்க்கை, டிபார்ட்மென்ட் ஹெட் அனைவரின் முன்னிலையில் வழங்குவார். அப்படி கொடுக்கும் பொழுது டாப்பர்ஸ் மார்க் முதலில் வரும், பின் அனைவரின் பெர்ஸன்ட்டேஜெய் மைக்கில் சொல்லிக் கொடுப்பார். நாங்கள் எல்லாரும் அந்த ஒரு நிமிஷத்துக்குத் தான் ரொம்ப பயப்படுவோம். மானம் போய்டுமேன்னு ஒரு சின்ன பயம் எங்கள் அனைவருக்கும் உண்டு.

அந்த ஹால் விட்டு வெளியே வந்ததும், **மீரா கங்கிராட்ஸ்னு** விஷ்வா ஓடி வந்து கூறினான். **நீங்க கிளாஸ் டாப்பர்னு சொல்லவே இல்ல என் கிட்ட, அப்படினா நீங்க ரொம்ப படிப்பாளியா?** என்று ஆயிரம் கேள்விகள்

கேட்டான். **நீங்க டிபார்ட்மெண்ட் ப்ரசிடெண்ட்னு வேற கேள்விப்பட்டேன்** என்று சொன்னான். அவன் அடுக்கிய கேள்விகளை பார்க்கும்பொழுது, அந்த மீட்டிங் முழுவதும் யோசித்திருப்பான் என்று தோன்றியது.

மூச்சு விடாம பேசுவியோடா? ஓடி வந்திருக்க கொஞ்சம் மூச்சு விடு' என்றுஅவனை பார்த்துக் கூறினேன். 'நான் படிப்பாளி எல்லாம் கிடையாது, ஏதோ கடேசி நிமிஷத்துல மட்டும் தான் படிப்பேன். உன் பெர்ஸன்டேஜ் என்ன? நான் சரியா கவனிக்கல' என்று விஷ்வாவிடம் கேட்டேன்.

'படிக்கிறவுங்க எல்லாரும் இந்த டயலாக் தான் சொல்லுவாங்க, நா படிக்கவே மாட்டேன்னு சீன் போடுவாங்க, நீங்க மட்டும் உண்மையவா சொல்லப் போறீங்க என்று சொல்லி பெருமூச்சு விட்டான், அப்பாடி நல்லது, 'பெர்ஸன்டேஜ்லாம் தெரிய வேண்டாம், இப்படியே மெயின்டைன் ஆகட்டும்'னு சொல்லிட்டு அசட்டு சிரிப்பு சிரிச்சி மழுப்பிட்டான்.

'மீரா நீங்க FBல என்ன பேர்ல இருக்கீங்க'ன்னு கேட்டான்.

மீரா சந்திரசேகர்னு பேர்ல இருக்கேன், நீ உங்க கிளாஸ்ல செம வாலுன்னு கேள்விப்பட்டேன், செம ஆட்டம் போடுறியாமே? உன்ன பத்திதான் எல்லாரும் பேசுறாங்க, பிரெஷ் மற்றும் ஹாட் நியூஸ் இப்போ நீயாதான் இருக்க, எங்களுக்கு எல்லா டீட்டைல்ஸ் வந்துரும்னு சொன்ன அடுத்த நிமிஷம், 'அவ்ளோ பாப்புலர் ஆகிட்டேனா'ன்னு கேட்டான்.

அது எல்லாம் சும்மா, எல்லாரும் கிளப்பி விடுறாங்க, என்ன பார்த்தா ஆட்டம் போடுற பையன் மாதிரியா தெரியுது? என்று என்னைப் பார்த்து நக்கலாகக் கேட்டான்.

***

அவனின் முகத்தைப் பார்த்தால் எதுவும் அறியாத பிள்ளை போல் காட்டிக் கொள்வான். சொல்லவேண்டிய விஷயம் என்னவென்றால், அவ்வாறு காட்டிக்கொள்ள மட்டுமே செய்வான் ஆனால் அவனின் குறும்புத் தனத்திற்கும், சேட்டைக்கும் அளவே இல்லை.

நான் சிரிச்சிகிட்டே அப்படி இல்லடா, உன்ன பார்த்தால் ரொம்ப நல்ல பையன்னு சொல்ற அளவுக்கு இருக்கயேன்னு சொன்னேன்.

'நீங்க சொல்லிட்டீங்கல்ல எனக்கு இது போதும்' என்று, நக்கலுக்கு கொறச்சலே இல்லாம சொல்லிட்டு,டாட்டா காண்பித்து விட்டு ஓடிட்டான். அந்த நாள் சுமூகமாக முடிந்தது.

அன்று மாலை........

வீட்ல மல்டி - டாஸ்கிங் பண்ற பொண்ணு தான் நான், நல்லா சாப்புட்றது, நண்பர்களுடன் சேட், என் செல்ல நாய் கூட சரி ஆட்டம் போடுறது, அம்மா கூட செல்லச் சண்டை போடுறது, அப்பா கூட ஊர் சுத்துறது இது தான் என் டெய்லி ஹாபி. அன்று,FBல ரெக்வெஸ்ட் விஷ்வா கொடுத்திருந்தான். நான் அத அக்சப்ட் பண்ண அடுத்த செகண்ட் அவன் கிட்ட இருந்து மெசேஜ் வந்தது.

ஹாய், என்ன பண்றீங்க? சாப்பிட்டீங்களா?பிஸியா? நீங்க வாட்ஸாப்ல இருக்கீங்களானு, என்று அடுத்து அடுத்து கேள்வி கேட்டு தள்ளிட்டான்.

'ஓய் என்னடா பண்ற? நான் சாப்டேன். டைம் பாத்தியா 10 ஆச்சி இன்னும் சாப்பிடாமலாம் இருக்க மாட்டேன். எப்ப பாத்தாலும் ஆன்லைன் தான் போல, சார் டக்குனு ரிப்ளை பண்ணிட்ட. அப்புறம் நம்பர் வேணும்னா நேரடியா

கேக்கலாம்ல, ஏன் டா இப்படி சுத்தி, வளச்சி கேட்குற' னு அவனை கிண்டல் செஞ்சி அனுப்புனேன்.

உங்களுக்கு எப்போ நம்பர் கொடுக்கணும்னு தோணுதோ அப்போ கொடுங்கன்னு சொன்னான்.

அவனோட துறுதுறு தன்மை அவனோட பேச்சில மிஸ் ஆயிடுச்சு .என்ன ஆச்சு திடீர்னு? 'இன்னைக்கு கூட நல்லா தானடா பேசுன, யாராவது ஏதாவது சொன்னாங்களா? பிரெண்ட்ஸ் கூட சண்டையா டா?னு கேட்டேன்.

தெரில மீரா, ஹார்ட் ரொம்ப வெயிட்டா இருக்குனு சொன்னான்.

அவனைப் பத்தி நான் கேள்விப்பட்ட வரைக்கும், அவன் எதுக்கும் கவலைப் பட மாட்டான், அவன் அமைதியாக இருந்து யாரும் பார்த்தது இல்லை, அவனை ஓர் இடத்தில் அரைமணி நேரம் கூட பார்க்க முடியாது என்பது தான். ஆனால் இன்று இவன் இப்படி பேசுனதும், நான் யோசித்தேன் இவனுக்கு என்ன ஆயிற்று என்று. ஏதோ மன உளைச்சலில் இருக்கிறான் என்பதை மட்டும் என்னால் உணர முடிந்தது.

***

ஆனாலும் நான் அவனிடம் நம்பரா என்று இழுத்ததும் அவன் புரிந்து கொண்டான், நான் யோசிக்கிறேன் என்று.

அவன் சிறிதும் கலங்காமல் 'பரவா இல்ல மீரா, இதுதான் என்னோட நம்பர் 98XXXXXX91, உங்களுக்கு எப்போ தோணுதோ அப்போ பேசுங்க, எனக்கு கொஞ்சம் மூடவுட், சாரி அக்கா டிஸ்டர்ப் பன்னிட்டேன் உங்கள'னு மெசேஜ்ஜில் சொல்லிட்டு ஆ:ப்லைன் போய்ட்டான்.

அவனின் உயிர் இழந்த பேச்சு என் நம்பரை அவனிடம் கொடுக்க வைத்தது.

(944XXXX290) இது தான் என்னோட நம்பர், நான் யார் கிட்டையும் அதிகமா என் நம்பரை ஷேர் செய்ய மாட்டேன், அதனால பாத்து வச்சிக்கோன்னு சொல்லி கொடுத்தேன்.

***

<u>அத்தியாயம் - 2</u>

அவள் பரிசளித்த கண்ணீர்

முன்னால் காதலி

ஆத்தங்கர மரமே அரசமர இலையே........

ஆலமர கிளையே அதில் உறங்கும் கிளியே.......

என்று ஏ.ஆர்.ரஹ்மான் மியூசிக்கில் என் ரிங்டோன் அடிக்கத் தொடங்கியது. விஷ்வாவின் நம்பர் போல் இருந்தது. நான் அட்டென்ட் பண்ணி ஹலோன்னு சொன்னதும், **ஹாய் நா விஷ்வா பேசுறேன், சாப்பிட்டீங்களா?**னு கேட்டான். ஆனால் அவன் குரலில் சோகம் நிரம்பி இருந்ததை உணர முடிந்தது.

என்னடா ஆச்சி விஷ்வா, உன் வாய்ஸ் இவ்ளோ டல்லா இருக்கு, அழுகிறியா? என்னடா நடந்தது சொன்னாதானடா தெரியும் என்று கேட்டேன்.

என் ஹார்ட் ரொம்ப கனமா இருக்கு, அழுகையா வருது, ஏன்னு தெர்ல அக்கா. யார் கிட்டயாது பேசுனா நல்லா இருக்கும்னு தோணுச்சி, என் பிரண்ட்ஸ் என்ன ஓட்டுவாங்க அதனால தான் உங்க கிட்ட கால் பன்னவான்னு கேட்டேன், நான் கொஞ்ச நேரம் அழுதுக்கிறேன் பிலீஸ்' ன்னு சொன்னான். அவன் குரலில் நடுக்கம் தெரிந்தது.

இரண்டு நிமிடம் அமைதிக்கு பிறகு, 'இப்படியே எவ்ளோ நேரம்தான் நீ அழுவடா? அழுதுகிட்டே இருந்தா எந்த பிரச்சனையும் சரியாகாது விஷ்வா, நீ சொல்லு நம்ம சரி செய்ய முடியுதான்னு பாக்கலாம்'னு கேட்டேன்.

***

யாமினி என்ன விட்டுட்டு போய்ட்டா, பேசமாட்டிங்குறா என் கூட, கால் செஞ்சா அதையும் அட்டென்ட் பன்ன மாட்டிங்குறா, எந்த ஒரு மெசேஜ்கும் ரிப்ளை பன்னவும் மாட்டிங்குறா. யாமினி இல்லாம என் வாழ்க்கைய நினைச்சி கூட பாக்க முடியல, செத்துரலாம் போல இருக்கு, என்ன பண்றதுனே தெரில மீரா' னு சொல்லி அழுதான்.

விஷ்வா மாதிரி பசங்க பீல் பண்றதே ரொம்ப பெருசு, அவன் அழுகுறப்போ எனக்கு என்ன சொல்றதுன்னு தெரியாம அமைதியா கேட்டுட்டு இருந்தேன்.

அழுகாதடா விஷ்வா, நம்ம அவகிட்ட மார்னிங் பேசலாம், நீ இப்போ படுத்து தூங்குடா எதையும் யோசிக்காதன்னு சொன்னேன். அந்த நிமிடத்தில் வேறு எதுவும் அவளைப் பற்றி கேட்டு அவனை இன்னும் வருத்தப்பட வைக்க எனக்கு இஷ்டம் இல்லை.

சரி, பரவாயில்ல எனக்கு இப்போதைக்கு தூக்கம் வரல, நீங்க தூங்குங்க, இத யார்கிட்டயாது சொல்லனும்னு தோணுச்சி, சாரி உங்கள வேற டிஸ்டர்ப் பண்னிட்டேன்னு சொன்னான்.

தொந்தரவெல்லாம் ஒன்னும் இல்லடா, தனியா ஒக்காந்து வருத்தப்படாம போய் படுடா, குட் நைட், டேக் கேர்ன்னு சொல்லி கால் கட் செஞ்சேன்.

ஓர் ஆண்மகனின் கண்களில் இருந்து வழியும் நீர்,
அவன் தாயிற்காக இல்லையெனில்,
அந்த கண்ணீரின் சொந்தக்காரி மிகவும் அதிர்ஷ்டசாலி
ஏன் என்றால்,
அவனுக்கு அவள் மற்றொரு தாயாக காணப்படுவாள்.

***

அன்று இரவு அவன் தூங்கிவிட்டான். யார் அந்த யாமினி? என்ன நடந்தது இவர்களுக்குள்? ஏன் இவ்வளவு கண்ணீர்? என்ற குழப்பத்துடன், என் அறையின் விட்டதைப் பார்த்துக்கொண்டு, நேரம் கழித்து கண் அசந்து தூங்கினேன்.

காலையில் வழக்கம்போல் போனில் செட் செய்த அலாரம் சத்தம் ஸ்னூசரில் அரைமணிநேரம் அடித்த வண்ணம் இருந்தது, என் அம்மாவின் சத்தம் அப்பாவை பார்த்து "நீங்க தான் உங்க பிள்ளைக்கு இவ்ளோ செல்லம் குடுக்கிறிங்க, அதான் இன்னும் எந்திரிக்காம இவ்ளோ நேரம் தூங்குறா, பஸ் மிஸ் பண்ணிட்டா காலேஜ்க்கு கொண்டு போய் விடாதீங்கனு" திட்டிட்டு இருந்ததை கேட்டு எழுந்தேன்.

எனக்கும் என் அம்மாவிற்கும் இருக்கும் உறவு டாம் & ஜெர்ரி போல்தான் இருக்கும். இருவரின் சண்டை உச்சகட்டத்திற்கும் போகும், ஆனால் ஒருவரின் பிரிவு மற்றொருவரை வீட்டில் அமைதியாக்கிவிடும். நாங்கள் மற்றறொருவரின் மேல் வைத்திருக்கும் பாசத்தை சொல்வது இல்லை, அது மௌனத்தின் புரிதலில் அடங்கும். என் அம்மா

என்னை எவ்வளவு வேண்டுமானாலும் திட்டலாம், ஆனால் வெளி ஆட்கள் எவரும் என்னை திட்டாதவாரு பார்த்துக் கொள்வார்.

என் அம்மா கூறியது போல் இன்றும் பஸ் மிஸ் செய்து விட்டு அப்பாவுடன் காலேஜிக்கு சென்றேன்.

•••காலேஜ் பிரேக் டைம்•••

காலேஜ் கான்டீன் பிரேக் டைம் வந்தது, விஷ்வா கிளாஸ் வாசலில் வந்து நின்றான். **ஹாய் நீங்க சும்மா இருக்கிற டைம் சொல்லுங்க, நான் வர்றேன்னு** சொன்னான்.

நான் உன்ன தான்டா பாக்கனுன்னு நினச்சேன். எப்படிடா இருக்க? நேத்து தூக்கமே வரல, நீ இப்படியெல்லாம் மத்தியானம் ரெண்டு ஹார் எனக்கு பிரீ தான், நீயும் பிரீ நா சொல்லு, கான்டீன் போலாமான்னு கேட்டேன்.

சொன்ன அடுத்த நிமிஷம், **சரி வந்துட்றேன்னு** அமைதியா சொன்னான்.அன்று அவன் முகத்தில் போலி சிரிப்பினைக் கண்டேன். கான்டீன் வா நீ, நான் அங்க தான் என் பிரெண்ட்ஸ் கூட இருப்பேன், நீ வந்ததும், சொல்லு நா வர்றேன் என்று சொல்லி இருவரும் நகர்ந்தோம்.

•••காலேஜ் கேபட் ஏரியா•••

அனைவரின் கவனமும் சாப்பாட்டிலும் மற்றும் அரட்டையிலும் தான் இருந்தது. எங்கள் கல்லூரியில் அனைவருக்கும் பிடித்த ஒரே இடம் கான்டீன் தான், ஏன் என்றால் அது எப்பொழுதும் மாணவர்கள் பூத்துக்குலுங்கும் நிறைந்த இடமாக காட்சி அளிக்கும். சவுத் இந்தியன், நார்த் இந்தியன் ஐட்டம்ஸ்,

ஸ்னாக்ஸ், சாட் ஐட்டம்ஸ், ஐஸ் கிரீம்ஸ், ஸ்வீட்ஸ் போன்ற அனைத்து விதமான சாப்பாடுகளும் கிடைக்கும். எந்த ஒரு கிளாஸிற்கு பிரீடைம் என்றாலும், அந்த கிளாஸ் மாணவர்கள் யாரை வேண்டுமானாலும் சுலபமாக கான்டீனில் கண்டுபிடித்து விடலாம்.

விஷ்வா கான்டீன் உள்ளே நுழைந்ததை கவனித்து, ‘விஷ்வா நான் இங்க இருக்கேன் நீ உனக்கு சாப்புட்றதுக்கு ஆர்டர் பண்ணிட்டு வா, இங்க உட்காந்திருக்கேன்’னு சொன்னேன்.

உங்களுக்கு சாப்பிட என்ன வேணும்னு? வந்து கேட்டான், இவ்ளோ நேரம் அத மட்டும் தான் டா நான் செஞ்சிருக்கேன், நீ உனக்கு வேணுங்கிறத மட்டும் ஆர்டர் பண்ணிட்டு வா’ன்னுசொன்னேன்.

அவன் எனக்கு ஒரு டீ மற்றும் அவனுக்கு மிளகாய் பஜ்ஜி வாங்கிட்டு வந்து என் எதிரில் வந்து அமர்ந்தான். எப்படி எனக்கு டீ பிடிக்கும் என்பதை அவன் அறிந்தான் என்று வியப்பாக இருந்தது.

***

அவனிடம், நீ அப்படி அழுவன்னு, நேத்து நா கொஞ்சம் கூட எதிர்பாக்கலடா விஷ்வா. இப்போ சொல்லு என்ன ஆச்சு நேத்து? யாரு அந்த யாமினி? அவ கூட சண்டை முடிஞ்சிருச்சா? அவ உன் கிட்ட பேசிட்டாலா?ன்னு கேட்டேன். புன்னகையை உதட்டில் கொண்டு, அவன் கண்களில் நீருடன் யாமினியை பற்றி கூறத் தொடங்கினான்.

***

அத்தியாயம் - 3

அவர்களின் காதல்

அவனின் முன்னால்காதலியின் நினைவுகள்

யாமினி என்னோட உயிர் அவ என் மாமா பொண்ணுக்கானு சொல்லிட்டு குனிஞ்சதும், அவன் கண்ணுல இருந்து கண்ணீர் துளி சட்டென்று விழுந்தது. அவ தான் எனக்கு எல்லாமே, நா உயிருக்கு உயிரா லவ் பண்ற பொண்ணு என்று சொன்னான். எங்க ரெண்டு பேருக்கும் ஒரே ஏஜ், 7th படிக்கும் போது தான் நான் அவ கிட்ட ப்ரொபோஸ் பண்னேன், யாமினி அடுத்த நாளே ஓகே சொல்லிட்டாக்கானு ரசிச்சி சொன்னான்.

யாமினி அவளோட எக்ஸாம் லீவ்க்கு எங்க ஊருக்கு வருவா, அப்போ ரொம்ப ஜாலியா இருப்பேன், அவுங்க எல்லாரும் வந்துட்டாலே நாங்க யாரும் வீட்லயே இருக்க மாட்டோம், எங்கயாவது சுத்திக்கிட்டே தான் இருப்போம், எங்களுக்கு நேரம் போறதே தெரியாது. அந்த லீவு டேஸ்ல அவா வருவாங்கிறத எதிர்பார்த்து, மத்த டேஸ் எல்லாத்தையும் அத நெனச்சிக்கிட்டே ஓட்டிருவேன்னு மூச்சி விடாம அவனோட லவ் ஸ்டோரியை சொல்ல ஆரம்பித்தான்.

அவளைப் பற்றி அவன் கூறும்பொழுது அவன் முகத்தில் அப்படி ஒரு பிரகாசத்தை நான் கண்டேன்.

அவன் சாப்பிட்ட படி, அவளைப் பற்றி கூறத் தொடங்கினான்,"அவ என் மீது காமிக்கிற அக்கறைக்கு குறைவே கிடையாது. யாமினி எங்க ஊருக்கு வரும்போது, எனக்கு பொறுமையா ஊட்டி விடுவா, என்ன எங்க அம்மா மாதிரிபாத்துப்பா. அவ இங்க வரலேன்னா நா அங்க அவளோட ஊருக்கு போய்டுவேன், அப்படி போகும்போது அவ எனக்காண்டி நிறைய பண்ணுவா, சமைப்பா, போட்டிங்

கூட்டிட்டு போவா, பீச் போவோம், எங்களுக்கு புடிச்ச டெஸெர்ட் பலூடா ஐஸ்கிரீம் வாங்கி சாப்பிடாம இருக்கவே மாட்டோம் அவ்ளோ நல்லா பாத்துப்பா" என்று சொல்லி அப்போதைக்கு ஒரு ஸ்டாப் வச்சான்.

"அவள நா செல்லமா யாமி அப்படினு தான் கூப்பிடுவேன், நாங்க அந்த ஒரு மாசத்துக்கு அப்புறம் ஊருக்கு கிளம்பும் போது இருக்கிற பிரிவின் வலி அதிகம், அந்த ஒரு மாசம் வாழ்ந்த வாழ்க்கைய நெனச்சி, அடுத்த என்னோட ஒரு வருஷத்தை ஓட்டிடுவேன்"னு பீல் பண்ணி சொன்னான்.

"அதே மாதிரி இந்த லீவ்க்கு வந்தப்போ, எல்லா வருஷத்த விட இந்த முறை நாங்க ரொம்ப சந்தோஷமா இருந்தோம் எப்பயும் விட இந்த முறை ரொம்ப நல்லா பாத்துக்கிட்டா என்ன. அவ கூட இருந்த ஒரு மாசம் ரொம்ப சந்தோஷமா இருந்தேன்.

***

ஒரு நாள் நைட் ரெண்டு மணிக்கு வீட்ல எல்லாரும் தூங்குன உடனே, அவ ஆசைப்பட்ட மாதிரி அவள நிலா வெளிச்சத்துல, யாரும் இல்லாத ரோடுல அவள கூட்டுட்டு போனேன், ரொம்ப அழகா இருந்தா அவ அந்த நிலா வெளிச்சத்துல, அன்னைக்கு ரொம்ப நல்லா பேசிட்டு இருந்தோம், அவளுக்காக எதுவும் பண்ணலாம்னு தோனுச்சி அப்படி ஒரு அழகு"னுசொல்லி அவர்களின் உறவை அழகாக விளக்கினான்.

"ஆனா கடைசி நாள் நீ எனக்கு வேண்டாம்னு சொல்லிட்டு விட்டுட்டு போய்ட்டா அக்கா, எனக்கு என் அம்மாவும், அப்பாவும் தான் முக்கியம்னு சொல்லிட்டு போய்ட்டா, நா கொடுத்த அத்தன கிப்ட்டையும் கொடுத்துட்டு போய்ட்டா"ன்னு சொன்னான்.

"இதுக்கு மேல எப்படி சொல்லன்னு தெரியல எங்களோட லவ் பத்தி, அது ஒரு தனி பீல், அத சொல்ல முடியாது பீல் தான் பண்ண முடியும், என்னோட லவ் நா மட்டும் தான் வச்சிட்டு இருக்கேன், அவ ஈசியா தூக்கிப் போட்டுட்டு போய்ட்டா"ன்னு சொன்னான்.

"இந்த லீவ் இவ்ளோ பெரிய ஏமாற்றத்தைத் தர்ரதுக்கு ரெடியா இருந்ததுன்னு நான் நெனச்சி கூட பாக்கல"னு சொல்லி முடிக்கும் முன் அவனின் கண்களில் இருந்த நீர் அவனை அறியாமல், நிற்காமல் ஊற்றியது.

"அன்னைக்குல இருந்து இப்போவர அத்தன வாட்டி கால் பண்ணிட்டேன், ஒரு நாளைக்குன்னு இருக்கிற 100 மெசேஜையும் அவளுக்கு தான் அனுப்புறேன், ஆனா அவ கிட்ட இருந்து எந்த ஒரு பதிலும் இல்ல"னு சொன்னான்.

***

கொஞ்சமாவது நம்பிக்கை இருந்தது, நேத்து வர, ஆனா இப்போ அவ கால் பண்ணப்போ, பிரண்ட்ஸ் விட்டு பேச வச்சி ஏன் இப்டி சீன் போடுற, நா உன்ன மறந்துட்டு மூவ் ஆன் ஆகிட்டேன்னு சொல்லிட்டு கால் கட் பண்ணிட்டா. இப்போ நான் தப்பு செஞ்ச மாதிரி அவ என்ன பிளாக் பண்ணிவச்சிட்டானு அவன் சொல்லும்போது அவன் கண்களில் காதலின் ஏக்கமும், பிரிவும் அதனுடன் சிறு கோபத்தினையும் உணர முடிந்தது.

“ரொம்ப கஷ்டமா இருக்கு, அவ இல்லாம என் லைப் நான் நெனைச்சி கூட பாத்தது இல்ல, என்னால இருக்க முடியல, வாழ்றதுக்கு சுத்தமா புடிக்கல, ஏண்டா இருக்கோம்னு தோணுது” மீரான்னு சொல்லிட்டு அவன் கண்கள் கலங்கியபடி, அசையாமல் அமர்ந்திருந்தான்.

இப்படில்லா பேசாதடா, நீ அவள நேர்ல போய் பாத்து பேசுனியா?ன்னு கேட்டேன். அவள போய் பாக்காம இருப்பேன்னு நினெய்க்கிறிங்களா, எல்லாமே பண்ணிட்டேன், அவா என்ன கண்டுக்க கூட மாட்டீங்கிறான்னு சொல்லி அமைதியானான். **அவா ஏன் உன்ன வேண்டாம்ன்னு சொல்லிட்டு போனா?**னு கேட்டேன்.

அவளோட அம்மா அப்பாக்காக என்ன வேண்டான்னு சொல்லிட்டா. பியூச்சர்ல இது எல்லாம் நடக்காதுடா விஷ்வா, அதனால உன்ன நா அப்போ கஷ்ட படுத்த விரும்பலனு சொல்லிட்டு விட்டுட்டுபோய்ட்டானு சொன்னான்.

பின்ன எதுக்குடா விஷ்வா யாமினி உன்ன லவ் பண்ணுனா? இப்படி விட்டுட்டு போறதுக்கா?னு கேட்டேன்.

அவள அப்படி கேக்காதிங்க, அவள மாதிரி என் மேல யாரும் அக்கறை காமிக்க முடியாது, அவ நா கஷ்ட படக்கூடாதுனு தா என்ன விட்டுட்டு போய்ட்டா. ஆனாலும் அவ விட்டது வலிக்குதுன்னு சொல்லி அழுதான்.

***

நீ அவா மேல வச்சிருக்கிறது செம்ம லவ் டா.... நான் அவ கிட்ட உனக்காக பேசவானு கேட்டேன்.

வேண்டாம் அவ கொஞ்சம் திமிரு, ஏதாவது பேசிருவா, ஆனா அவ கிட்ட புடிச்சதே, எனக்கு அந்த திமிரு தான் என்று சொன்னான்.

விடு! **நீ எதையும் யோசிக்காத, கவலைப்படாதடா, உன் லவ்வையும், உன்னையும் மிஸ் பண்ணிட்டோம்னு அவ தாண்டா கவலப் படணும்னு** சொல்லி அவன் மனதை ஏதோ என்னால் இயன்ற அளவு சரி செய்ய முயன்றேன்.

வலி தந்தவர்களை உயிராய் நினைப்பது தாய்மையும் காதலுமே! என்பதை அவனிடம் இருந்து புரிந்து கொண்டேன்.

அவனே டைம் பாத்துட்டு, நா உங்களையும் கவலைப் பட வச்சிட்டேன். பேசுனதுல காலேஜ் முடிஞ்சதே தெரியல, உங்க அப்பா உங்கள கூப்பிட வந்திருப்பாங்க, வாங்க நடக்கலாம்னு சொல்லிட்டு நடந்தோம்.

அவன் காதல் கதையை அன்று என்னிடம் கூறும் பொழுது, அந்த மாலை நேரத்தின் அழகிற்கு ஈடாக, அவன் அவள் மேல் வைத்திருந்த காதல் என் கண்களுக்கு மிகவும் அழகாக தோன்றியது.

அவனை அவன் வருத்தத்தில் இருந்து உடனடியாக வெளியில் கொண்டு வர முடியாது என்பது மட்டும் தெரிந்தது, எனவே அந்த தருணத்தில் அவனின் தற்காலிகமான நினைப்பை மட்டுமே மாற்ற யோசித்தேன்.

***

சரி விடு டா விஷ்வா பீல் பண்ணாத, இன்னைக்கு ஈவினிங் அம்மா, அப்பா கூட படத்துக்கு போறேன், விண்ணைத்தாண்டி வருவாயா மூவி வரியா? என்று கேட்டேன்.

இல்ல வேண்டாம் நா வரல நீங்க போய்ட்டு வாங்க, நா அந்த படத்தை கொறஞ்சது ஒரு 20 டைம்ஸ் பாத்திருப்பேன். நானும் யாமினியும் சேர்ந்து பாத்த படம் அது, அந்த படம் முழுசா அவா மட்டும்தா தெரிவா எனக்கு. அதுல சிம்பு திரிஷாவ பாத்து சொல்ற ஒவ்வொரு வார்த்தையும் நா

***

அவளப் பார்த்து சொல்லியிருக்கேன். எனக்கு இன்னும் கஷ்டமா இருக்கும், அதனால நீங்க போய்ட்டுவாங்க , படம் எப்படி இருக்குனு மெசேஜ் பண்ணுங்கன்னு கூறி வாசலில் எங்க அப்பாவிடம் ஹாய் சொல்லி பேசிட்டு, பைக் எடுத்துட்டு ஜெட் வேகத்தில் பறந்துட்டான்.

தன்னை நேசித்த இதயத்தை எளிதில் மறப்பது சில பெண்ணின் மனம், தன்னை மறந்த பெண்ணையும் நேசிப்பது என்னைப்போல் சில ஆண்களின் குணம்.

என்று அவன் கூறிய பொழுது, அந்த வார்த்தையில், அவன் காதலின் உண்மையை புரிந்து கொண்டேன்.

அன்று நான் அந்தப் படத்தில் பார்த்தது விஷ்வாவையும் மற்றும் அவன் யாமினி மேல் வைத்திருந்த காதலையும் தான். எனக்கு ரொம்ப புடிச்ச ஹீரோயின் த்ரிஷா, அவளுக்காக தான் நான் அந்த படத்துக்குப் போனேன், ஆனால் அன்று நான் திரிஷாவைக் காணவில்லை, அவன் காதலை மட்டும் தான் கண்டேன்.

நான் வீட்டுக்கு திரும்பியவுடன் என் போனில், அவன் மெசேஜ் இருந்தது, படம் எப்படி இருந்தது? என்று.

அப்பொழுது தான் கவனித்தேன், படம் எப்படி இருந்தது என்று எனக்கு சொல்லத் தெரியல, ஏனென்றால் அதில் கண்டது அவன், அவள் மேல் வைத்த காதலை.

ம்ம்ம்ம் நல்லா இருந்தது, சோகமான கிளைமாக்ஸ்னால எனக்கு புடிக்கலன்னு சொல்லி முடித்துவிட்டேன். குட் நைட் மெசேஜ் அனுப்பிட்டு வச்சிட்டேன்.

***

<u>நிகழ் காலத்தின் யோசனையில் நான்..</u>

அன்று நான் அந்த படத்தில் கண்டது விஷ்வாவின் முதல் காதல். இன்று அவன் என்னவன், ஆதலால் இன்று வரை அந்தப் படத்தை நான் திரும்ப பார்த்ததும் இல்லை.... **மற்றொரு பெண்ணை எப்படி காதலித்தான் என்பதை பார்க்க விருப்பமும் இல்லை.**

***

அத்தியாயம் - 4

அகநகநட்பு - நம் நட்பு

என் தோழியுடன் அவனும் நானும்

அடுத்த நாள் கல்லூரியில் விஷ்வா மற்றும் மீராவின் தோழி அஷ்மித்ரா இருவரும் பேசிக்கொண்டு இருந்தனர். அஷ்மித்ரா விஷ்வாவைப் பார்த்து, உனக்கு உள்ள இப்படி ஒரு கதை இருக்குன்னு தெரியாம போச்சுடா எங்களுக்கு, நீ பீல் பன்றியோ இல்லையோ, உன் லவ் ஸ்டோரிய எங்க கிட்ட சொல்லி மீரா பீல் பண்ணி தள்ளிட்டானு சொன்னாள். நீங்க ஓட்டாதீங்கன்னு சொல்லிட்டு, விஷ்வாவின் கண்கள் என் மேல் திரும்பின.

படத்தப் பத்தி இப்படி கமெண்ட் குடுத்துட்டீங்க நீங்கன்னு ரொம்ப என் கிட்ட பீல் பண்ணி சொன்னான்.

அவ சொல்லலேன்னா என்ன, நா சொல்றேன்னு சொல்லி அஷ்மித்ரா, அவள் விரல்களை அவன் முகத்தின் முன் கொண்டு வந்து, சூப்பர் மூவி அது, மீரா ரசனையே இல்லாதவள்னு சொல்லி வம்பு இழுத்தாள் அஷ்மித்ரா.

காலேஜ் கலாட்டாஸ், டீச்சர்ஸ் கிட்ட திட்டு, மாஸ் கிளாஸ்-பங்க் பண்ணிட்டு தியேட்டர் போறது, கொஞ்சமா படிப்புனு செகண்ட் இயர் எண்டிற்கு வந்தோம். விஷ்வா எங்க குரூப்போட நல்லா செட் ஆயிட்டான்.

விஷ்வா அடிக்கடி கால் பண்ணி பீல் பண்றது பாத்தா மனசு ரொம்ப கஷ்டமா இருக்கும். அவன் பீல் பண்ற ஒரே விஷயம் யாமினி மட்டும் தான். அந்த யாமினி ஏன் இப்படி இருக்கா? அவா ஏன் விஷ்வாவோட காதலை புரிஞ்சிக்க மாட்டீங்கிறான்னு அடிக்கடி தோனும்.

***

அது அவுங்களோட பர்சனல்னு சொல்லிட்டு விட்ருவேன். அவனுடன், ஆறுதலாக மட்டும் தான் இருக்க முடிந்தது.

செமஸ்டர் எக்ஸாம்க்கு படிச்சிட்டியாடா விஷ்வான்னு கேட்டப்போ, **மூட் இல்லன்னு சொல்லிட்டு, நீங்க படிங்க நா உங்கள டிஸ்டர்ப் பண்ணல, இனி நீங்க பிஸி ஆயிடுவீங்க, படிக்கிறப்போ நா உங்க கிட்ட வரல, நம்ம லீவ்ல பேசலாம்னு டாடா** சொல்லிட்டு நகன்றான். அந்த நாட்களில், நான் விஷ்வாவிற்கு கால் செய்தாலும், என் போன் காலை அவன் அட்டென்ட் செய்யவில்லை.

துன்பத்தைப் பகிர்ந்து, அதை வெல்ல துணையாக நின்று, உரிமையுடன் கண்டித்து அன்பைச் செலுத்துவதே சிறந்த நட்பு.

வெளில போறது, அரட்டை அடிக்கிறது, படிக்கிறது, யாராவது கலாய்க்கிறது இத மாதிரி எல்லா விஷயத்துலயும் என்னோட ஆல் டைம் பார்ட்னர் அஷ்மித்ரா தான். அவா என்னோட உயிர் தோழி, நாங்க எங்க போகணும்னாலும் சேர்ந்து தான் போவோம். எனக்கு பிரெண்ட்ஸ் அதிகம், அவா ரொம்ப பொறுமைசாலி, நான் எங்க நின்னு பேசிட்டு வந்தாலும், பொறுமையா வெயிட் பண்ணி கூட்டிட்டு போவா, எக்ஸாம் டேஸ்ல படிச்சத விட நாங்க ஸ்நாக்ஸ் சாப்பிட்டது தான் அதிகம். நாங்க சண்ட போடுற மாதிரி வேறுயாரும் போட முடியாது, ஆனாலும் வேற யாராவது எங்களைத் திட்டிட்டா, ரெண்டு பேரும் சேர்ந்து போய் சண்ட போட்டுட்டு வந்துருவோம்.

எக்ஸாம் ஒரு வழியா முடிஞ்சது. அதேபோல் எக்ஸாம் முடியும் வரை விஷ்வாவிடம் இருந்து கால் எதுவும் வரவில்லை. அன்று மாலை நேரத்தில், பல நாட்கள் கழித்து,

விஷ்வாவின் கால் என் போனில் அடித்தது. **ஹாய்** என்று சொன்ன எனக்கு, பேரதிர்ச்சி காத்திருந்தது.

அவனின் குரலில் தடுமாற்றம் மற்றும் பேச்சில் உளறல். அவனின் உளறலில் தெரிந்தது, அவன் பிரெண்ட்ஸ் பார்ட்டியில் இருக்கிறான், அங்கு காதல் சோகத்தில் அவனை மறக்கும் அளவிற்கு குடித்திருக்கிறான். அவன் மனதால், அவள் விட்டுச் சென்றதை ஏற்றுக்கொள்ள முடியவில்லை என்பதும் புரிந்தது.

எனக்கு குடி என்றால் பிடிக்காத ஒரு விஷயம்.

உயிரை அழிக்கும் மதுவை நாடி,
தன்னையே அழித்துக்கொள்வது முட்டாள் தனம்

ஆனால், அன்று அதை வெளிக்காட்டாமல், எங்கடா விஷ்வா இருக்கன்னு கேட்டதும், அவன் யாமினியைப் பற்றி புலம்ப ஆரம்பித்தான். அவன் அமைதி ஆகியவுடன், ஏன் விஷ்வா இப்படி குடிக்கிற, இப்படி பண்றதெல்லாம் சுத்தமா நல்லா இல்லடா, ஒழுங்கா நீ தெளிவானதுக்கு அப்பறம் வீட்டுக்கு போ இல்லேன்னா டாக்ஸி புக் செஞ்சி போய் சேருன்னு சொல்லிட்டு கால் கட் செஞ்சிட்டேன்.

அவனோட தங்கச்சிக்கு கால் செஞ்சி அவன் இருக்கிற நிலைமையை சொன்னேன், அவ கிட்ட பேசும் போது தான் தெரிஞ்சது விஷ்வா, கடந்த ரெண்டு மாசமா இப்படி தான், அடிக்கடி அம்மாவுக்குத் தெரியாம பன்றான்னு. அவள் அதை என்னிடம் கூறும்பொழுது, அவளுக்கு அவனின் மேல் உள்ள அக்கறை மற்றும் பாசம் கண்ணீராக தளும்பியது ஆனால் அவளால் எதையும் செய்ய முடியாத சூழ்நிலையையும் உணர்த்தியது.

***

“நீங்க சொன்னா, அண்ணா கொஞ்சமாவது கேட்பான் அக்கா, அவன் கிட்ட நீங்க கொஞ்சம் சொல்லி பாருங்களேன்”னு சொன்னால் வினிதா.

குழப்பத்துடன் மௌனம் காத்தேன், அதைத் தொடர்ந்து அவள் பேசத் தொடங்கினாள், **“அவன் யார் கிட்டயும் அவனோட கஷ்டத்தை சொல்ல மாட்டான், கேட்டால் எல்லாரையும் நம்ம சிரிக்கத்தான் வைக்கணும்னு தத்துவம் பேசுவான், ஆனா உங்க கிட்ட கால் பண்ணி சொல்லிறகான், அதுனால தான் உங்கள அவன் கிட்ட பேசுங்கன்னு சொன்னேன்”**னு சொல்லி முடிச்சா.

சரி வினிதா நான் அவன் கிட்ட நாளைக்கு பேசுறேன், உன் அண்ணா கிட்ட சொல்லி, மார்னிங் 10 மணிக்கு அவன கஃபே காபி டே வர சொல்லிருன்னு சொல்லிட்டு ரெண்டு பேரும்போன் வச்சிட்டோம்.

அன்று இரவு எனக்கு கோபம் இருந்தது ஆனால், விஷ்வா ஏன் இப்படி அவன் உடம்ப கெடுத்துக்குறான்னு வருத்தமும் இருந்தது, இந்த இரு மனதுடன் அன்று தூங்கினேன்.

***

மறுநாள் காலை அவனால், அங்கு வரமுடியாது என்றும், அவனிற்கு காய்ச்சல் என்று அவனின் தங்கை எனக்கு கால் பண்ணி கூறினாள். நானும் அஷ்மித்ராவும் அவன் வீட்டிற்கு முதல் முறையாக சென்றோம். என் முகம் பார்த்து அவனால் பேச முடியவில்லை, அவனின் பார்வையில் பயம், மற்றும் காய்ச்சலின் தாக்கம் தெரிந்தது.

அவன் என்னைப் பார்த்து, **“ப்ளீஸ் நீங்க இப்படி என்ன மொறச்சி பாக்காதீங்க. சாரி, லீவ் டேஸ்ல என்னால இருக்க முடியல, ரொம்ப கஷ்டமா இருக்கு, அவளோட நினைப்பு ரொம்ப இருக்கு, இதுதான் முதல் தடவ என்னோட லீவ்ல இப்படி நான் தனியா இருக்கேன், யாமினி இல்லாம இந்த உலகத்துல வாழ பிடிக்கல**”ன்னு சொல்லிட்டு அவன் கண்கள் கலங்கியது.

இதையே நினைச்சிட்டு எத்தன நாள் தான்டா இருப்ப, உன் உடம்ப போட்டு கெடுத்துக்கிறதும் இல்லாம, உன்ன சுத்தி இருக்கிறவுங்களையும் நீ கஷ்டப்படுத்தறடா, உன் தங்கச்சி உன்ன நினைச்சி எவ்ளோ கஷ்டபடுறா தெரியுமா, அதையெல்லாம் நீ புரிஞ்சிக்க மாட்டியா விஷ்வான்னு கேட்டதும் அமைதியாக தலை குனிந்து அமர்ந்திருந்தான்.

நீங்க எல்லாரும் கஷ்டப் படுறீங்க என்ன நினைச்சி, அதனால நா குடிக்கக் கூடாதுனு நெனச்சாலும் அத விட யாமினி எனக்குக் கொடுத்த வலி அதிகமா இருக்கு, அந்த வலி எனக்கு மட்டும் தான் புரியும்ன்னு சொல்லி அவன், கண்களைத் துடைத்தான்.

***

நீ இதுக்கெல்லா சரிப் பட்டு வர மாட்ட விஷ்வா, இந்த லீவ் டேஸ் நானும் அஷ்மித்ராவும், அவளோட ஊர்ல ஸ்பென்ட் பண்ணப் போறோம், அதனால நீயும், உன் தங்கச்சியும் , எங்க கூட வரிங்க சரியா? நாம எல்லாரும் சேர்ந்து பெங்களூர் போலாம்னு சொன்னேன்.

அஷ்மித்ராவும் சொன்னா, நீ வந்தா லீவ் இன்னும் கொஞ்சம் ஜாலியா போகும், அதனால கண்டிப்பா நீ வர்ரன்னு சொல்லிட்டு, விஷ்வாவின் அம்மாவிடம் அவளே பெர்மிஷன் வாங்கிட்டா. அவன் லீவ்ல தனியா இருந்தா, இத விட மோசமான நிலைமைக்கு போய்டுவான்னு நல்லா தெரிஞ்சது.

.... *பெங்களூரு டேஸ்* ....

பெங்களூரு டேஸ், நாங்க நாலு பேரும் நல்லா என்ஜாய் பண்ண டேஸ் அது, அஷ்மித்ராவோட அம்மாவும் பாட்டியும் எங்கள ரொம்ப நல்லா பாத்துக்கிட்டாங்க, நல்லா ஊர் சுத்துவோம், வயிறு நிறைய சாப்பிடுவோம், அரட்டை அடிப்போம், விஷ்வா அப்பப்ப, சோகமா ஆவான், நாங்க அவன் கிட்ட வேற விஷயத்தப் பேச ஆரம்பிச்ச உடனே,அத அவனே புரிஞ்சிட்டு சிரிச்சிருவான். விஷ்வாவுடன் இருந்தால் சந்தோஷத்திற்கு குறையே இல்லாம பாத்துப்பான்.

அஷ்மித்ராவோட அம்மா வெளிய போயிருந்தாங்க ஒரு நாள், நான் அன்னைக்கு சமைச்சேன், சிக்கன் ரோஸ்ட் மற்றும் சிக்கன் கிரேவி.

***

எல்லாரும் என் சாப்பாடு ரொம்ப நல்லா இருக்குன்னு சொன்னாங்க, விஷ்வா மட்டும் அமைதியா சாப்டுட்டு இருந்தான், **சாப்பாடு பிடிக்கலயாடா விஷ்வான்னு** கேட்டேன்.

உங்க சமையல் சூப்பரா இருக்குன்னு சொல்லிட்டு போய்ட்டான். அவன் தங்கச்சி கிட்ட என்ன ஆச்சி அவனுக்குன்னு கேட்டேன்.

அவள் சிரிச்சிகிட்டே, அவனுக்கு குக்கிங்ல சாஸ் ஊத்துனாலே புடிக்காது அக்கா, நீங்க வச்சிட்டீங்கனு சாப்பிட்டான்னு சொன்னாள் வினிதா.

***

விஷ்வா வேகமா எங்க முன்னாடி வந்து **"அதெல்லாம் ரொம்ப நல்லா இருந்தது, அவா சொல்றான்னு யோசிக்காதிங்க நீங்க, உங்க சமையல் சூப்பர்"**னு சொன்னான். போதும்டா நடிக்காதநீ, சாரி டா, எனக்கு இப்படி சமைச்சி சாப்பிட பிடிக்கும்னு பண்ணேன், உனக்கு பிடிக்காதுன்னு எனக்குத் தெரியாது, கண்டிப்பா ஒரு நாள் உனக்கு புடிச்ச மாதிரி பண்றேன்னு சொன்னேன். அவன் சிரிச்சிட்டே "நீங்க நம்பாதீங்க, உண்மையாவே சமையல் நைஸ்"னு சொன்னான்.

அன்று இரவு தண்ணி தாகம் அடிக்குதுன்னு குடிக்க வரும்பொழுது, விஷ்வா ஹாலில் அமர்ந்திருந்தான். என்னடா விஷ்வா, இங்க இந்த நேரத்துல உக்காந்திருக்கன்னு கேட்டதும், தூக்கம் வரல அதுனால சும்மா ஒக்காந்துருக்கேன்னு சொன்னான்.

அவன் கிட்ட வாட்டர் பாட்டில் எடுத்துட்டு வந்து குடுத்துட்டு, அவன் பக்கத்துல ஒக்காந்தேன், ரெண்டு பேரும் 3மணி நேரம் போனது தெரியாம பேசிட்டு இருந்தோம். அவனது மனநிலை மாற வேண்டும் என்று பேச அமர்ந்து, சிறிது நேரம் கழித்து, நான் என் கதையை அவனிடம் சொல்லிக் கொண்டு இருந்தேன். தாங்க்ஸ் மீரா எனக்காக, நா சரியாகணும்ன்னு இவ்ளோ செய்ரதுக்கு, நான் கண்டிப்பா ட்ரை பண்றேன், என்ன யாமினி நினைப்புல இருந்து மாத்திக்கிறதுக்குன்னு சொன்னான்.

மைசூர்ல தான் தெரிஞ்சது விஷ்வாவிற்கு கூல் கிலைமேட் ஒத்துக்காதுன்னு, ஜெர்கின்ஸ், போர்வை, குல்லா, ரீபோக்னு ஸ்டைல்லா போட்டு, குளிர வெளி காமிச்சிக்காம சுத்திகிட்டு இருந்தான். அவன் நடுங்கும் நடுக்கத்திலேயே தெரிந்தது அவனின் நிலைமை.

***

அப்போ தா விஷ்வாவ பத்தி கொஞ்சமா புரிஞ்சிக்கிட்டேன். அவன் தங்கச்சி ரொம்ப பாவம், அவளப் போட்டு உயிர வாங்கிட்டான், அது எடு, இது எடுன்னு சொல்லிக்கிட்டே இருந்தான், அவனோட அம்மா தான் அவனுக்குப் பேக் பன்னியிருந்தாங்க, அதுனால தேட சோம்பல் பட்டு, அவனோட தங்கச்சிய வேல வாங்கிட்டு இருந்தான். ஆனா ரொம்ப பாதுகாப்பா எங்கள வெளில கூட்டிட்டு போனான்.

அவன சாப்பிட வைக்கிறது ரொம்ப கஷ்டமா இருந்தது, எங்க எல்லாருக்கும் வாங்கி கொடுத்துட்டு, கடேசியா மூட் இல்ல சாப்பிடலன்னு சொல்லிடுவான், எதுக்கு இப்படி சொல்றான்னு பாத்தா அவனுக்குப் புடிச்சது அங்க எதுவும் இருக்காது, அதுனால சாப்பிட மாட்டான். அவன் சரியான பரோட்டா பைத்தியம்னு அப்போதான் தெரிஞ்சது, வெறும்பரோட்டாவை சால்னா எதுவும் இல்லாம, அப்படியே சாப்பிட்டான்.

உன்ன எப்படி தான் உங்க அம்மா சமாளிக்கிறாங்களோ டா, ரொம்ப பாவம்ன்னு சொல்லி ஓட்டிட்டு இருந்தோம். ட்ரிப் முடிஞ்சது, நல்லா என்ஜாய் பண்ணிட்டு ஊருக்கு நாங்கள் மூவரும் திரும்பினோம், அஷ்மித்ராவை தவிர.

அவனை யாமினியின் நினைப்பில் இருந்து, அப்பொழுது 25% மட்டும் தா வெளில கொண்டுவர முடிஞ்சது.

அவனின் சோகத்தை மறைத்து அனைவரிடமும், காண்பிக்கும் புன்னகையைக் கண்டு, பல நாட்கள் வியந்திருக்கிறேன், அவனுக்குள் இருக்கும் வலிகளை, எவ்வாறு அவன் புன்னகை மறைக்கிறது என்று.

***

..............மூன்றாம் ஆண்டின் வேகம்..........................

லீவ் முடிஞ்சு, அடுத்த வருடம் அதே போல் தொடங்கியது. மூன்றாம் ஆண்டில் தான் நண்பர்கள், பெஸ்ட் பிரெண்ட்ஸ் ஆக மாறும் நேரம், படிப்புல கான்செண்ட்ரேஷன், நிறையா பேருக்கு கம்மி ஆகும் ஆண்டும் அதுதான். நாங்க எல்லாரும் சேர்ந்து செம ஜாலியா என்ஜாய் பண்ணோம்.

அந்த ஓர் ஆண்டில், அவனின் முகத்தில் நிலவைப் போல அத்தனை அமாவாசைகள் மற்றும் பௌர்ணமிகள் வந்து சென்றது. திடீரென்று பௌர்ணமி போல் முகத்தில் பிரகாசத்துடனும், சிரிப்புடனும் திரிந்தலைவான், எவருக்கும் தெரியாத வண்ணம், அமாவாசை போல் இருட்டு அவனை தாக்கிய வண்ணம், அவன் முகம் அவனைக் காட்டிக் கொடுக்கும். அவனுள் ஏற்படும் இரு பக்கங்களையும் விஷ்வா என்னிடம் காண்பித்தான்.

அவன் குடிப்பதைப் பார்த்து அவனிடம் ஒரு நாள் கேட்டேன், **நா வேணும்னா யாமினி கிட்ட பேசுறேன் டா, ஏதோ கடேசியா ஒருக்க ட்ரை பண்ணலாம்**னு சொல்லி, அவளோட நம்பர் கொடுன்னு சொன்னேன். அவன் முதலில் தயங்கினான், ஆனால் இறுதியில் கொடுத்தான், அன்று அவளிடம், விஷ்வாவின் தோழியாக பேசினேன்.

அவளிடம் என்னால் முடிந்த அளவு புரிய வைத்தேன். ஆனால் அவள், என்னிடம் “ஏன் அவன் பிரண்ட்ஸ் எல்லாரும், என்ன தொந்தரவு பண்றீங்க, இஷ்டம் இல்லேன்னா விட்ருங்க, எனக்கு அவன் பிடிக்கல அவன என் கிட்ட பேச சொல்லுங்க”ன்னு சொன்னா யாமினி.

***

அவனிடம் நான், யாமினி என்னிடம் பேசியது எதையும் சொல்லாமல், உன்ன பேச சொன்னாடா அவன்னு மட்டும் சொன்னேன். அவன் அவளிடம் அன்று பேசிவிட்டு என்னிடம் வந்து சாரி கேட்டான்.

சாரி மீரா, யாமினி உங்க கிட்ட கோவமா பேசுனத்துக்கு, நான் உங்க கிட்ட மன்னிப்பு கேட்டுக்கிறேன்னு சொன்னான். **அவளுக்கு உங்கள புரிஞ்சிக்க தெர்லன்**னு சொல்லி ஆயிரம் தடவையாவது சாரி கேட்ருப்பான். எனக்காக கவலைப் படுறவுங்கள, நா இனியும் கஷ்டப் படுத்த விரும்பலன்னு சொன்னான். அவளுக்கு என் பீலிங் எதுவும் புரியலன்னு நல்லா தெரிஞ்சிக்கிட்டேன், இனி கண்டிப்பா குடிக்க மாட்டேன்னு சொல்லிச் சென்றான்.

விஷ்வாவிடம் மாற்றம் தெரியத் தொடங்கியது. அவனின் நக்கல், லூட்டி, அரட்டை அனைத்தும் கொஞ்சம் கொஞ்சமாக கூடியது. விஷ்வாவிற்கு வரும் எக்கச்சக்க ப்ரொபோசல்ஸ், அத கலாய்க்கிறது தான் ஹாபியா வச்சிருந்தேன். எப்படி டா விஷ்வா நீயா ஆள செட் பண்ணி வச்சிட்டு, வந்து எல்லார் முன்னாடியும் வந்து ப்ரொபோஸ் பண்ண சொல்லுவியாடா சரியான ஃபிராடுடா நீன்னு சொன்னேன்.

அதுக்கு அவன் சிரிச்சிகிட்டே, **நா யார் பின்னாடியும் போகல, அவுங்க தான் என் பின்னாடி வராங்க, அதனால இது பத்தி எனக்கு ஒன்னும் தெரியாது, என்ன தப்பா நினைக்கக் கூடாது நீங்க**ன்னு புருவத்தை உயர்த்தி, கன்னத்தில் குழியுடன் கூடிய சிரிப்பொன்று சிரித்தான்.

அவன் இப்படி கூறுவதானால் அவன் வம்பு பண்ணியிருக்க மாட்டான்னு கிடையாது, அவனும் நல்ல பேசுவான் எல்லாரிடமும்.

***

காலங்கள் வேகமாக ஓடின. நேரத்தின் வேகத்திற்கு எவராலும் ஈடுகொடுக்க முடியாது என்பது, எனது மூன்றாம் ஆண்டின் நிறைவில் தெரிந்தது. அவனை யாமினியின் நினைப்பிலிருந்து கொஞ்சம் கொஞ்சமாக வெளியில் கொண்டு வருவதற்கு, முழுசாக ஓராண்டு காலம் தேவைப்பட்டது. அவன் அவள் மேல் வைத்திருக்கும் அன்பு, வெறுப்பாகவில்லை அது மாறவும் இல்லை. ஆனால் அவனின் நாட்களை முன்னோக்கிப் பார்க்க ஆரம்பித்தான்.

நாம் ஒருவரை முதலில் பார்க்கும் பொழுது, நம் வாழ்க்கையில் அவர்களுக்கு எவ்வளவு முக்கியப்பங்கு இருக்கும் என்பதை நாம் அறிய மாட்டோம், அதுதான் வாழ்க்கையின் சுவாரசியம்.

***

அத்தியாயம் - 5

அவனுக்கு நிகர் அவன் அக்கறை

சிறு சிறு அக்கறைகள் பெரிய தாக்கங்களை தரும் ஒரு பெண்ணின் மனதில்

எங்களின் மூன்று வருட படிப்பு காலம் கண் முழிப்பதற்குள் மின்னல் வேகத்தில் ஓடியது. நான் இறுதி ஆண்டிற்குள் காலடி எடுத்து வைத்தேன், விஷ்வாவிற்கு ஓராண்டு மீதம் இருந்தது.

நாங்கள் இறுதி ஆண்டு என்பதால் அனைவரும் சுற்றுலா செல்வதற்கு, எங்கு செல்வது என்று திட்டமிட்டுக் கொண்டிருந்தோம், கிளாஸ் முழுவதும் அவரவர் கருத்துக்களைப் கூறினர். இறுதியில் இந்தியாவின் தலைநகராகிய டெல்லி மற்றும் மும்பை ஆகிய இடங்களுக்கு ஐந்து நாட்களுக்கு செல்லலாம் என்று முடிவெடுத்து, தலைமை ஆசிரியரிடம் சென்று கூறினோம். அவர் இறுதி ஆண்டு மாணவர் மற்றும் மாணவியர்கள் அனைவரையும் லாபியில் அசெம்பில் ஆகச் சொன்னார். அவர் வந்ததும் அனைவரின் சத்தமும் அடங்கியது. நாங்கள் கேட்டுக்கொண்ட இடத்திற்கே செல்வதற்கு சம்மதம் கூறி, ஏழு நாட்கள் செல்லுங்கள் என்று கூறியவுடன், அனைவரின் ஆரவாரம், லாபியை அலறச்செய்தது, அனைவரும் களைந்து சென்றோம்.

பின்பு தலைமை ஆசிரியர் என்னை அழைக்கிறார் என்று விஷ்வா வந்து சொன்னான். அவர் அவனின் கிளாசில் பாடம் நடத்திக் கொண்டிருந்தார், பெர்மிஷன் கேட்டு உள்ளே சென்றேன். மித்ரன் என் கிளாஸ் மேட், அவனும் நானும் டூர்

இன்சார்ஜ் என்று அவர் சொல்லி, என்னிடம் டூர் டீடெயில்ஸ் சொல்லிக்கொண்டு இருந்தார்.

விஷ்வா விளையாட்டுத் தனமாக எழுந்து எங்களையும் கூட்டிட்டு போங்க சார்னு கேட்டான். அடுத்த வருஷம் தான் உனக்கெல்லாம், அப்போ கூட்டிட்டு போவோம் ஒக்காருனு சொல்லிட்டாரு, அனைவரும் சிரித்த படி அமர்ந்தனர். நான் தாங்க்ஸ் என்று சொல்லிட்டு சிரித்த வண்ணம் வெளியேறினேன்.

•••லஞ்ச் பிரேக்•••

நானும் அஷ்மித்ராவும் கேன்டீனில் இருந்து சாப்பாடு, வாங்கிட்டு வந்து, லஞ்ச் பெவிலியனில் அமர்ந்தோம். லஞ்ச் பெவிலியன் என்ற இடம், பிரண்ட்ஸ் கூட சேர்ந்து சாப்பிடும் இடம், அது எங்க காலேஜின் கலாட்டா ஸ்பாட். விஷ்வா அங்கு சில பேருக்கு ஹாய் சொல்லிட்டு எங்க பக்கத்துல வந்து அமர்ந்தான்.

செம லஞ்ச், நல்லா சாபிடுங்கனு சொல்லிட்டு, அடுத்த நிமிஷமே டூர் பத்தி ஆரம்பிச்சான். எங்களையும் கூட்டிட்டு போக வேண்டியது தான, ஆல் இந்தியா ட்ரிப்க்கு, ஏன் இப்படி பைனல் இயர் ஸ்டுடண்ட்ஸ்க்கு மட்டும் வச்சிருக்காங்கனு அவனோட வருத்தத்தைப் புலம்பி தள்ளிட்டான்.

***

டூர் எப்போ போறீங்க? எங்க போறீங்க? ஏழு நாள் போறிங்கன்னு கேள்விப் பட்டேன், அஷ்மித்ராக்கா நீங்களும் போறிங்களான்னு கேட்டான்.

ஆமாடா நானும் போறேன், ஏன் நீ இவ்ளோ பீல் பண்ற, அடுத்த வருஷம் நீயும் போவிலடான்னு சொன்னாள்.

மீரா நீங்களும் மித்ரனும் தான் ஆர்கனைசர்ஸ்ன்னு சொன்னாங்க, எத்தனை பேர் போறீங்கன்னு கேட்டான்.

ஆமா விஷ்வா, மொத்தம் 72 ஸ்டுடன்ட்ஸ் போறோம், செமஸ்டர்க்கு முன்னாடி வர்ற சரஸ்வதி பூஜா லீவுல போறதா பிளான்டா. இன்னும் டீடெயில்ஸ் வேணுமான்னு கேட்டேன்.

எங்க எல்லாம் போறீங்க? எதுல போறீங்க? எவ்ளோ பசங்க, எவ்ளோ பொண்ணுங்க வர்றாங்கன்னு கேட்டான்.

அஷ்மித்ரா பொறுக்க முடியாம, டேய் மீராவோட அம்மா அப்பாவே அவ கிட்ட இத்தன கேள்வி கேக்க மாட்டாங்கடா, முடில அழுதுருவேன்னு சொன்னாள்.

25 பொண்ணுங்க போறோம்டா, டூர் பிளான் இன்னும் எங்க கைக்கு வரல விஷ்வா, வந்த உடனே உன்னிடம் முதல்ல சொல்லுவேன் சரியான்னு சொல்லிட்டு சிரிச்சிட்டோம் நாங்க மூணுபேரும்.

அவன் அடுத்த கேள்வி ஏதோ கேட்க வந்தான், அதுக்குள்ளையும் அவனோட கிளாஸ் கேர்ள்ஸ் சவுண்ட் கேட்டுச்சி "விஷ்வா இங்க என்னடா பண்றன்னு"கேட்டாங்க. விஷ்வா கூட படிக்கிற கேர்ள்ஸ் எல்லாத்துக்கும் விஷ்வானா ரொம்ப பிடிக்கும், அவனுக்கு அதிகமா கேர்ள் பிரண்ட்ஸ் உண்டு, துரு துருன்னு அங்கிட்டும் இங்கிட்டும் போய்ட்டு,

எப்ப பாத்தாலும் அரட்டை அடிச்சிட்டு, அவன் இருக்கிற இடத்த எப்ப பாத்தாலும் கலகலன்னு வச்சிக்குவான்.

அவுங்க கிட்ட விஷ்வா, நீங்க போங்க நா வந்துடுறேன் கிளாஸ்க்குனு சொன்னான். நாங்க வெயிட் பண்றோம் நீ பொறுமையாவான்னு சொன்னதும். சிரிச்சிகிட்டே நா இவுங்களோட வந்துடுறேன்னு கூலா சொல்லி அனுப்பிவச்சிட்டான்.

நம் மனதிற்கு பிடித்தவர்களிடம் பேசிக்கொண்டிருக்கும் பொழுது, எந்த ஒரு விஷயமும் நமக்கு பெரிதாக தெரியாது என்பது நிதர்சனமான உண்மை.

இது விஷ்வாவிற்கு மிகவும் பொருத்தமான ஒன்று.

லஞ்ச் பிரேக் முடிந்தது. நாங்க பேசிட்டே விஷ்வாக்கு டாட்டா சொல்லிட்டு கிளாஸ்க்கு போய்ட்டோம். கிளாஸ்ல எல்லாரும் டூர் பிளான் பண்ணிட்டு இருந்தோம். நானும் மித்ரனும் டூர் ஐட்டினரி (பிளான்) கேட்டுட்டு, கிளாஸ்ல வந்து சொன்ன அடுத்த நிமிஷம், பசங்க எல்லாரும் கும்பலா சேர்ந்து பிளான் பண்ண ஆரம்பிச்சிட்டாங்க. நாங்க எல்லாரும் எப்படி ஆட்டம் போடலாம்னு, அரட்டை அடிச்சிட்டு மொத்த கிளாசையும் ஒப்பேத்திட்டோம்.

...போன் கால்...

காலேஜ் முடிஞ்சி வீட்டுக்கு போய் அப்பா, அம்மா கிட்ட டூர் பத்தி பேசிட்டு இருந்தேன். அப்பா டூர் ஐட்டினரி பாத்துட்டு, பாத்து பத்திரமா போய்ட்டு நல்லா என்ஜாய் பன்னிட்டு வான்னு சொல்லிட்டு, டூர்க்கு தேவையானது வாங்குறதெல்லாம்

சொல்லு ஒரு நாள் போய் வாங்கிட்டு வந்துரலாம்ன்னு சொல்லி போன் பேசிக்கிட்டே வெளியே சென்றார். என் அம்மாக்கு நா எப்பயும் நல்லா சாப்பிட்டா போதும், அதனால சாப்பாடெல்லாம் அவுங்க பாத்துப்பாங்களா? என்னன்னு கேட்டுட்டு இருந்தாங்க. கேட்டுட்டு வெளில போய் பழம்லாம் வாங்கணும், என் பிள்ளைக்கு பசிச்சா அலையக்கூடாதுன்னு சொல்லிட்டு கிச்சன்னுக்கு உள்ள போய்ட்டாங்க.

என் போனில் விஷ்வாவின் பெயர் தெரிந்தது. சொல்லுடா விஷ்வா! “அதுக்குள்ள வீட்டுக்கு போய்டியா? தினமும் ஊர் சுத்திட்டு லேட்டா தானடா போவ? என்ன ஒரு அதிசயம், மழை வந்தா அது உனக்காகத் தான்டா” என்று கூறினேன்.

அதுசரி நீங்க டூர் போக இன்னும் ஒரு வாரம் தான் இருக்கு. நீங்க போற நேரம் அங்க ரொம்ப குளுரும்னு சொன்னாங்க. ஜெர்கின்ஸ், மாத்திரையை மறக்காம எடுத்து வச்சிக்கோங்க, மழை பெஞ்சா, குடை தேவைப்படும். உங்க ID கார்ட் எடுத்து வச்சிங்களான்னு செக் பண்ணிக்கோங்க மீரான்னு சொன்னான்.

***

அவன் சொன்னது எனக்கு வித்யாசமா இருந்தது, சரிடா விஷ்வா நீ சொன்ன எல்லாத்தையும் மறக்காம எடுத்து வச்சிக்கிறேன். நீ சொல்றத எடுத்து வைக்கவே எனக்கு ஒரு பெரிய பாக் வேணும் போலடா, நீ ஒன்னு பண்ணு, என்னல்லாம் நான் எடுத்து வைக்கணும்னு தோனுதோ, அதையெல்லாம் மெசேஜ் அனுப்பு, எனக்கும் ஈஸியா இருக்கும்னு சொல்லி சிரிச்சி அவனைக் கலாய்ச்சிட்டு இருந்தேன். நா சீரியசா சொல்றேன்னு நினைச்சிட்டு, கண்டிப்பா அனுப்பிடுறேன், நீங்க அதெல்லாம் எடுத்து வச்சிருக்கீங்களான்னு மட்டும் பாத்துக்கோங்கன்னு, டாட்டா சொல்லிட்டு போன் வச்சிட்டான்.

அந்த வாரம் முழுவதும், காலேஜில் ஒரே சுற்றுலா மையமாக இருந்தது. அனைவரும் தான் செல்ல இருக்கும் இடத்தை, இணைய தளத்தில் தேடிய வண்ணம் இருந்தனர். எங்க கிளாஸ் பசங்களோட சேர்ந்து விஷ்வா அவனது நண்பர்களும் டூர் அரட்டை அடித்து கொண்டிருந்தனர்.

மீரா இன்னும் ரெண்டு நாள் தான் இருக்கு இப்போவாது பாக் பண்ணிட்டிங்களான்னு கேட்டான். இப்போ தான் டா டூர் பேக் மற்றும் ட்ராலியும் எடுத்து வச்சிருக்கேன்னு சொன்னேன். விஷ்வாகிட்ட இருந்து 20 நிமிஷத்துக்கு மெசேஜ் வரல, அப்புறம் ஒரு மெசேஜ் சவுண்ட் வந்தது. ஓபன் பன்னா நீளமா ஒரு மெசேஜ் அவன் அனுப்பிருந்தான்.

***

•••விஷ்வாவின் மெசேஜ்•••

இதுவரை எனக்கு இவ்ளோ பெரிய மெசேஜ் ஒரு டூர்க்கு அனுப்புறது இதுதான் முதல் தடவ.

ஓய் மீரா, எனக்கு தெரிஞ்சது கொஞ்சம் சொல்றேன், அது எல்லாம் எடுத்து வச்சிட்டீங்களான்னு பாத்துக்கோங்க.7டேஸ்க்கு தேவையான டிரஸ் எடுத்து வச்சிக்கோங்க, குடை, செருப்பு ஒன்னு எக்ஸ்ட்ரா எடுத்து வச்சிக்கோங்க, துண்டு ரெண்டு எடுத்து வச்சிக்கோங்க, டாப்லெட்ஸ், ID கார்டு, சாப்புட்றதுக்கு ஸ்னாக்ஸ், வாட்டர் பாட்டில், ஓடோமாஸ்,பேஸ்ட் &பிரஷ், எம்ட்டி பிளாஸ்டிக் பாக் நிறைய வச்சிக்கோங்க, கேமரா, டார்ச், சார்ஜ்ர் இதெல்லாம் மறக்காம எடுத்து வச்சிக்கோங்க, அப்புறம் உங்களோட காஸ்மெடிக்ஸ் நிறைய இருக்குமே அதுலாம் நீங்க கண்டிப்பா மறக்க மாட்டீங்க ஆனாலும் எடுத்துட்டீங்களான்னு பாத்துக்கோங்க. இன்னும் ஞாபகம் வந்தா சொல்றேன்னு சொல்லிட்டு, அங்க போய் சாப்பிட சொல்ற நேரத்துல சாப்ட்ருங்க, பின்ன பசிக்கிறப்போ சாப்பாடு கிடையாதுன்னு சொல்லி அவனோட மெசேஜ் முடிந்தது.

ஹப்பா நீ சொன்னதே போதும்டா, வாழ்க்க முழுக்க டூர் போறதுக்கு. சரி நா டூர்க்கு பாக் பன்னிட்டு சொல்றேன்னு டாடா சொல்லிட்டு வெளிய போனேன்.

இரண்டு மணி நேரம் கழித்து விஷ்வாவிற்கு கால் செஞ்சி, சொல்லுடா விஷ்வா கால் பன்னியிருந்த, இப்போ தா பேக் பண்ணி முடிச்சிட்டு, அஷ்மித்ரா கிட்ட பேசிட்டு உனக்கு கால் செஞ்சிருக்கேன், நீ சொன்னது எல்லாம் எடுத்து வைக்கவே ரெண்டு பாக் ஆயிடுச்சிடான்னு சொல்லிட்டு இருந்தேன்.

***

அப்பாடி இந்த பொண்ணுங்களுக்குத் தான் ரெண்டு மணி நேரம் தேவ பேக்கிங்க்குன்னு சொல்லி பெரும் மூச்சு விட்டான். விஷ்வாவும், எங்க அம்மாவும் நெருங்கிய நண்பர்கள், அவன் எனக்கு எப்போ கால் பண்ணாலும் எங்க அம்மாகிட்ட பேசாம போன் வைக்க மாட்டான். அம்மா கிட்ட அரட்டை அடிச்சிட்டு, நாளைக்கு டூர்க்கு ட்ராப் பன்ன வர்றேன்னு சொல்லிட்டு குட் நைட் சொல்லிட்டு வச்சிட்டான்.

நமக்கு பிடித்தவர்கள் நம் வீட்டாரிடம் , நெருங்கிப் பழகும்போது, வீட்டில் கலகலப்பு கூடும் என்பதை அறிந்தேன்.

***

<u>அத்தியாயம் - 6</u>

தொலைவுகளின் தாக்கங்கள்

தூரத்தின் தருணங்கள்- இதயத்தில் அறியா நெருக்கங்கள்

அனைவரும் ஆவலுடன் எதிர்பார்த்துக் காத்துக் கொண்டிருந்த டூர் கௌம்புற நாள் வந்தது. எல்லாரும் செம்ம என்ஜாய்மென்ட் மூடோட, கலக்கலா ஜீன்ஸ், டி-ஷர்ட்னு பொண்ணுங்களும், பசங்களும் ரயில்வே ஸ்டேஷனில் அஸெம்பில் ஆகிருந்தோம். திருவிழா மாதிரி காட்சி அளித்தது அந்த இடம். பசங்க கைல சின்ன பேக் மட்டும் இருந்தது, ஆனா பொண்ணுங்க கைல ரெண்டு பெரிய ட்ரால்லி குறையாம வச்சிருந்தோம்.

ரயில்வே ஸ்டேஷன் வாசலில் விஷ்வா காத்துக் கொண்டிருப்பதை பார்த்து, அஷ்மித்ரா அவனிடம் நீ டூர் போற மாதிரி வந்து வெயிட் பண்றன்னு? கேட்டாள். உங்கள எல்லாரையும் வேகமா வழி அனுப்பி வச்சிட்டு, ஒரு வாரம் நிம்மதியா இருக்கலாம்ன்னு, ஒரு ஆசைல வேகமா வந்துட்டேன்னு சொன்னான்.

இருவரும் ஒருவருக்கு ஒருவர் சண்டை இட்டுக் கொள்வதிலும், வாய்ப்பேச்சிலும் சலித்தவர்கள் இல்லை, ஆனால் நான் என்று வரும்பொழுது அவர்கள் காட்டும் அன்பிற்கு குறைவேதும் இல்லை.

அம்மா, விஷ்வா மற்றும் அஷ்மித்ரா அரட்டை அடித்துக்கொண்டே முன் நடந்து சென்றனர், அப்பாவும் நானும் பேசிக்கொண்டே பின் தொடர்ந்தோம். அப்பொழுது சட்டென்று, செலவுக்கு இந்தப் பணத்தை அம்மாக்குத் தெரியாம உள்ள வச்சிக்கோன்னு சொல்லி, சிரிச்சிட்டே

கையில் கொடுத்தார். அதை விஷ்வா நோட் பண்ணிட்டு சிரிச்சிட்டு விட்டுட்டான். நானும் அப்பாவும் ***"பார்ட்னர்ஸ் இன் கிரைம்"***. நா என்ன செஞ்சாலும் எங்க அப்பாக்கு தெரியாம இருக்காது.

அம்மா, அப்பா இருவரும் எங்களிடம் ஜாக்கிரதை என்று 100 முறையாக கூறி இருப்பார்கள், ஆனால் விஷ்வா அதையும் மீறி விட்டான். அங்கு கூட வரும் பசங்களிடமும் எங்களைப் பார்த்துக் கொள்ளும்படி பேசிக்கொண்டிருந்தான்.

ரயில் வருகையின் அறிகுறியைப் பார்த்து விஷ்வாவின் முகம் வாடியது. அனைவரும் எங்களின் லக்கேஜ்ஜை தூக்கிக்கொண்டு உள்ளே சென்று அமர்ந்தோம். அப்பொழுது தான் முதல் முதலாக விஷ்வாவின் கண்களில் எனக்காக சிந்திய முதல் கண்ணீர் துளிகளைக் கண்டேன். என்னடா ஆச்சின்னு கேட்டதும், அவன் மழுப்பிய வண்ணம், உங்க எல்லாத்தையும் பிரிஞ்சி இருக்கப் போறேன்னு சந்தோஷத்துல

அழுகையே வந்துருச்சின்னு சொல்லிட்டு. ***மிஸ் யு மீரானு*** சொல்லிட்டு , ரயிலை விட்டு இறங்கி நின்றான்.

ட்ரெயின் கௌம்பிருச்சுடா விஷ்வா, கவலை படாத வேகமா வந்துருவோம், மெசேஜ் பண்ணுடா என்று சொல்லி டாட்டா காமிச்சிட்டு உள்ளே வந்தேன். அனைவரின் கூச்சல் சத்தம் ரயில் விடும் சத்தத்தை விட அதிகமாக இருந்ததது.

நாங்க எல்லாரும் அந்தாக்க்ஷரி விளையாண்டுட்டு வந்தோம், நைட் 12:30 ஆகியும் பாதி பேர் முழிச்சி, அவுங்க அவுங்க எடத்துல உக்காந்து பேசிட்டு, பாட்டுக்கு பாட்டு விளையாண்டுட்டு இருந்தோம். அஷ்மித்ரா அவளோட லவ்வேரோட போன்ல பிஸி ஆயிட்டா. நான் நாவல் படிக்க ஆரம்பிச்சேன். போன்ல மெசேஜ் சவுண்ட் அடிச்சது. விஷ்வா, என்ன எல்லாரும் செம்ம ஆட்டமா? தூங்கியாச்சான்னு? கேட்டுட்டு குட்நைட் மெசேஜ் அனுப்பிருந்தான்.

இல்லடா விஷ்வா எல்லாரும் அவுங்களோட பெர்த்ல ஒக்காந்திருக்கோம், ஆட்டம் ஆடி முடிச்சாச்சு, நீ இன்னும் தூங்கலையாடா? எல்லா பொண்ணுங்க கிட்டயும் மொக்க போட்டுட்டு உக்காந்திருக்கியான்னு கேட்டேன்.

நீங்க சொல்றது உண்மை தான், நானாவா அவுங்க கூடலாம் போய் பேசுறேன், அவுங்க தான் எனக்கு டெக்ஸ்ட் பண்றாங்க, நான் சும்மா, அவுங்களுக்கு ரிப்ளை மட்டும் தான் பண்றேன்னு சொல்லி, டங்அவுட் ஸ்மைலி இமேஜ் போட்டு அனுப்பினான். உன்னப் பத்தி எனக்கு தெரியும்டா பிராடு, லேட் ஆயிடுச்சி தூங்குடானு சொல்லி போன் வச்சேன்.

இரண்டு நாட்கள் ரயில் பயணம், ஆட்டம், டி.டி.ஆர்க்கு தெரியாம சீட்டு, சாப்பாடு, அரட்டை, அந்தாக்க்ஷரி, பக்கத்து சீட் சண்டைகள், குளிக்காம மேக்கப் மற்றும் ட்ரெஸ் மாத்துறதுன்னு பரபரப்பாக ஓடியது எங்களுது ரயில் பயணம்.

***

நான் சாப்பிட்டேனான்னு கரெக்ட்டா எங்க அம்மா கிட்ட இருந்தும், விஷ்வா கிட்ட இருந்தும் மறக்காம கால் வந்துரும்.

பல இயற்கை நிறைந்த இடங்கள் ஒரு புறமும், தொழில் நுட்பம் நிறைந்த இடங்களும் எங்கள் நாட்களை அழகுறச் செய்தது. நாங்கள் அங்கு எடுத்த புகைப்படம் அனைத்தும், மலரும் நினைவுகளாக இன்றும் பசுமையாக மனதில் படிந்து இருக்கின்றது. அனைவரின் சந்தோஷம், பல இடங்களை மறக்க முடியாத நட்பின் அறிகுறியாக மாற்றியது.அனைவரும் தாங்கள் எடுத்த புகைப்படத்தை, சமூக வலைதளத்தில் அப்லோட் செய்தோம். நாங்கள் சென்ற இடம் அனைத்தும் அதில் வரிசையாக பட்டியலிட்டு எங்கள் ப்ரொபைல் கூறிவிடும்.

நான்கு நாட்கள் சட்டென்று ஓடியது, டூரின் கடைசி நாளன்று, தாங்க முடியாத அளவுக்கு காய்ச்சலில் விழுந்தேன், ஆனால் எவரிடமும் அதைச் சொல்ல பிடிக்க வில்லை. அஷ்மித்ரா கொண்டு வந்த காய்ச்சல் மாத்திரையைப் போட்டு சரி கட்டிட்டு இருந்தேன், பயந்துருவாங்கன்னு அம்மா கிட்ட உடம்பு சரி இல்லன்னு சொல்லாம மறச்சிட்டேன்.

நீ என் பக்கத்துல வந்தாலே அணல் பறக்குதுடின்னு அஷ்மித்ரா பயப்பட ஆரம்பிச்சிட்டா. எங்களுக்கு அன்னைக்கு நைட் எட்டு மணிக்கு மதுரைக்கு பிலைட், மதியம் அனைவரும் சாப்பிட ஹோட்டலில் அமர்ந்திருந்தோம், திடீர்ன்னு எங்க ப்ரொபசர், பக்கத்துல வந்து , உடம்பு சரி இல்லேன்னா நீங்க தான் சொல்லணும்னு சொல்லி, அருகில் இருக்கும் ஹாஸ்பிடலுக்கு அழைத்துச் சென்றனர்.

ஏன் எல்லார்கிட்டயும் உடம்பு சரி இல்லாததை சொன்ன என்று, அஷ்மித்ராவை திட்டிக்கொண்டே பஸ்சில்

***

ஏறினேன், அவள் என்னை பார்த்து “போடி லூசு, நீ சொல்ல வேண்டாம்ன்னு சொன்னதனால நான் யார் கிட்டயும் சொல்லலடி” என்று சொன்னாள்.

மதுரை ஏர்போர்ட் வந்துட்டோம். எங்க மாம், எங்க அப்பா கிட்ட வந்து, ஹாஸ்பிடலுக்கு கூட்டிட்டு போய் ஊசி போட்டு இப்போ சரி ஆகிட்டான்னு சொல்லி, சாரி சார் நீங்க சொல்ற வரைக்கும் எங்களுக்குத் தெரியாதுன்னு சொன்னாங்க.

அவா அப்படி தான் மாம், உடம்பு சரி இல்லேன்னா யார்கிட்டயும் சொல்ல மாட்டா, நான் தான் உங்களுக்கு ரொம்ப தாங்க்ஸ் சொல்லணும், நான் கால் செஞ்சி சொன்ன உடனே கூட்டிட்டு போய்ட்டீங்கன்னு மாம் கிட்ட தாங்க்ஸ் சொல்லிட்டு கிளம்பிட்டோம். எல்லாரையும் அவுங்க வீட்ல இருந்து கூப்பிட வந்தனர், டூர் முடிஞ்சதுன்னு எல்லார் கிட்டயும் வருத்தமும், அனைவரின் முகத்தில் களைப்பும் நிறைந்து இருந்தது. அஷ்மித்ராவுக்கு அடுத்த போர்டிங் டிக்கெட் பெங்களூருக்கு எடுத்து வைத்திருந்தனர், அவளின் ஊருக்கு கிளம்பிட்டா. அப்பாவிடம் காய்ச்சலையும் பொருட்படுத்தாமல், அங்கு நடந்ததை கூறிக்கொண்டே நகர்ந்தோம்.

ஒரு நிமிஷம் நான் பேசறதை நிறுத்தி விட்டு நின்றேன், எங்க கார் ஏர்போர்ட் வாசலில் வந்து நின்றது, கார் டிரைவிங் சீட்டில் விஷ்வா, ஆச்சரியத்துடன் அருகில் சென்றேன். அவன் அழகாகக் கண்களைச் சிமிட்டி, புருவத்தை உயர்த்தி, யாரோ சீரியஸ்ன்னு கால் வந்தது, அதனால டிரைவ் பண்ண ஒத்துக்கிட்டேன்னு சிரிச்சிகிட்டே சொன்னான்.

வண்டியில் ஏறிய உடன், என் அப்பாவைப் பார்த்து, ஏன்பா இப்படி காலேஜ் ப்ரொபசர்க்குலாம் கால் பண்ணி சொல்லி என் மானத்தை வாங்குறீங்கன்னு கத்திக்கொண்டே வந்தேன்.

***

ஐந்து நிமிடத்திற்கு மேல் என் அப்பாவால் என்னிடம் உண்மையை மறைக்க முடியாது, அவர் என்னிடம், விஷ்வாவை நோக்கி கை நீட்டி, “என் கிட்ட விஷ்வா தான் குட்டிமா சொன்னான் உனக்கு காய்ச்சல்ன்னு, அது மட்டும் இல்லடா, கூட்டிட்டு போயிருக்கிற மாம் நம்பர் வாங்கி குடுத்து, அவுங்கட்ட கால் பண்ணி டாக்டர் கிட்ட கூட்டிட்டு போக சொன்னா, செய்வாங்கன்னு சொன்னான். உன் கிட்ட இத சொல்லிக்க வேண்டாம்னு சொன்னான், உடனே நீ அவனத் திட்டிராத, அவன் ரொம்ப நல்லது செஞ்சிருக்கான்டா”ன்னு அவனை பெருமை படுத்தி முடித்தார். என் அம்மா அருகில் இருந்து, அந்தப் பையன ஏண்டி தேவ இல்லாம மொறைக்கிறன்னு சத்தம் போட்டாங்க. அவனை பார்த்ததும், சிரிப்பு தானாக என் முகத்தில் பதிவானது, போடா எருமைன்னு செல்லமா சொல்லி தாங்ஸ்ன்னு சொன்னேன்.

இதுக்கு போய் யாராவது தாங்க்ஸ் சொல்லுவாங்களான்னு நக்கலா சொல்லிட்டு திரும்பினான். ஜன்னல் ஓரத்தில் அமர்ந்து மரங்களை ரசித்தபடி, அவன் என் மேல் காட்டிய அக்கறையையும் ரசித்தேன்.

ஒரு பெண்ணின் மனக்கோட்டையை அவள் ஒரு நாளில் வடிவமைப்பது இல்லை, சிறு சிறு கற்களாலான பாசம், அக்கறை, நேசம், பாதுகாப்பு போன்றவற்றை ஒருவனிடம் உணர்ந்தபின் அதை சேகரித்து, அவளுக்கு உரிய கோட்டையைத் துணைவனின் உதவியுடன் கட்டி முடிப்பாள்.

அன்று அவன் எறிந்த கற்களில் முதல் கல்லை எடுத்து வைத்தேன் என்பதை நான் அன்று உணரவில்லை.

***

<u>அத்தியாயம் - 7</u>

உணர்வுகள்

காய்ச்சலின் தாக்கத்தை விட அக்கறையின் தாக்கங்கள் பெரியது

மறுநாள் அனைவரும் கல்லூரிக்குச் சென்றோம், அன்று எல்லோரிடமும் ஒரு சோம்பேறித் தனத்தைக் கண்டேன். அனைவரும் டூரில் எடுத்த புகைப்படத்தை தனது கணினி, கைபேசியிலிருந்து நண்பர்களுக்கு மாற்றிக்கொண்டும் மற்றும் சில மாணவர்கள் படுத்துத் தூங்கிக்கொண்டும் இருந்தனர். அப்பொழுது நவீன் என்ற மாணவன் எங்களது கிளாஸ் வாசலில் நின்றான். அவன் விஷ்வாவின் தோழன்,அவன் என்னிடம் நன்றாக பேசுவான்.

ஹாய் மீரா, நீங்க ரொம்ப பிசியான்னு கேட்டான், கேட்டு முடிச்சிட்டு நீங்க பிசியாக இருந்தாலும் சரி என்னிடம் என் கிளாஸ்க்கு ஒரு 20 நிமிஷம் வாங்கன்னு சொல்லி என்னை அழைத்துச் சென்றான். உள்ள போன அடுத்த நிமிஷம் விஷ்வா ஆச்சரியத்துடன் என்னையும் நவீனையும் பார்த்தான். விஷ்வாவுடன்அவன் கேர்ல் பிரண்ட்ஸ் இரண்டு பேர் சுற்றி நின்றனர்.

என்னடா விஷ்வா ஆள வச்சி கூட்டிட்டு வர சொல்றன்னு கலாய்த்த படி அவனிடம் கேட்டேன்.

இவன் உங்களக் கூப்புட வந்தது சத்தியமாக எனக்குத் தெரியாது என்று முழித்துக் கொண்டே விஷ்வா கூறினான்.

மீரா நீங்க விஷ்வாவை உங்க கூடயே டூர்க்கு கூட்டிட்டு போயிருக்கலாம். இப்பதான் நாங்க இந்தப் பையன் முகத்துல சிரிப்பையே பாக்குறோம்னு நவீன், விஷ்வாவைப்

***

பற்றி கூறியதும் அங்கு இருந்த விஷ்வாவின் நண்பர்கள் சிரித்தனர்.

அவனுடன் இருந்த இரண்டு பெண்களும் ரகசியமாகப் பேசினர், பின் அதில் ஒருத்தி என்னிடம் அவர்களின் மிகப் பெரிய சந்தேகத்தைக் கேட்டாள். யார் முதலில் மெசேஜ் பண்ணுவிங்கன்னு? ஏன் இந்த கேள்வின்னு கேட்டேன். அந்த இரண்டு பெண்களுக்கும் ஆர்வம், என் பதில் மீது மட்டும் தான். விஷ்வா தான் பண்ணுவான், இதுல என்ன சந்தேகம் என்று நான் முழித்துக்கொண்டே பதில் கூறினேன்.

அவனின் குறும்புத்தனத்தால், அவனிடம் பல பெண்கள் பேசுவார்கள், ஆனால் அவர்கள் யாருக்கும் அவனாக முன்வந்து மெசேஜ் செய்ய மாட்டான் என்பது தான் உண்மை, அதனால் தான் அந்த இருவருக்கும் பலத்த சந்தேகம். விஷ்வா சொன்னது உண்மை தான் என்று அந்த இரு பெண்களும் எனக்கு பை சொல்லிவிட்டு, சிரித்த படி உள்ளே சென்றனர். என்னடா விஷ்வா எல்லாரும் என்ன இப்படி விசாரிக்கிறாங்கன்னு கேட்டேன்.

அவன் சிரித்துக்கொண்டே, எல்லாரும் உங்க கூட விளையாடுறாங்க அவங்கள நான் பண்ண டார்ச்சர் அப்படி என்று சொல்லி என்னை கான்டீன் அழைத்துச் சென்றான்.

இப்போ காய்ச்சல் எப்படி இருக்கு என்று கேட்டான். அதுவா எப்பயோ சரியாகிவிட்டது என்று சொல்லி அவனிடம் ஐஸ்கிரீம் வாங்கிவரச்சொன்னேன். அவன் என்னிடம் 10 நிமிடம் வாக்குவாதம் செய்தான், ஆனால் இறுதியில் அவன் மனம் இறங்கி, அன்று ஒரு வழியாக வாங்கிக்கொடுத்து விட்டான்.

***

அன்று அவனுக்கு என் ஆசைகள் இமயமலை அளவும், அக்கறை மலை அளவும் தெரிந்தது,

ஆனால் இன்று இமயமலைகள் ஆயிரம் வைத்தாலும், அவன் என் மேல் வைத்திருக்கிற அக்கறைக்கு ஈடாகாது.

அம்மாவும், அப்பாவும் திருச்சிக்குக் கல்யாண வீட்டுக்குப் போறாங்க, விடியற்காலை முகூர்த்தம் அதனால் நைட் கிளம்புறாங்கன்னு சொல்லிட்டு இருந்தேன். தனியா இருந்துருவிங்களான்னு கேட்டான். நான் என்ன சின்னப் பொண்ணாடா அதெல்லாம் இருந்துப்பேன்னு சொல்லிட்டு கிளம்பினோம்.

நானும் அஷ்மித்ராவும் அரட்டை அடித்து முடிச்சிட்டு நான் என் வீட்டிற்கு அலுப்புடன் சென்றேன். அம்மா என்னிடம் காய்ச்சல் இன்னும் இருக்கிறதா என்று கேட்டார். நான் இல்லை என்று சமாளித்து என் அறையினுள் சென்று டிரெஸ் சேன்ஜ் பண்ணிட்டு வந்தேன். நான் சாப்பிடுவதற்கு அனைத்தையும் செய்து வைத்துவிட்டு, என்னிடம் நூறு முறைக்கு மேல் பத்திரமாக வீட்டினுள் இருக்க சொல்லி விட்டு, இரண்டு பேரும் அரை மனதுடன் திருச்சிக்குக் கிளம்பினார்கள்.

அன்று எனக்கு உடம்பு சரி இல்லாததால் டிவி பார்த்துக் கொண்டே படுத்திருந்தேன். விஷ்வா எனக்கு கால் பண்ணி காய்ச்சல் இப்போ எப்படி இருக்குனு கேட்டான். அது சூப்பரா இருக்கு என்னால பேச முடியலன்னு சொல்லிட்டு கால் கட்செஞ்ச அரைமணி நேரம் கழித்து காலிங்பெல் சவுண்ட் அடித்தது.

***

எரிச்சலுடன் எழுந்து சென்றேன், விஷ்வாவின் தங்கை வினிதா வாசலில் நின்று கொண்டிருந்தாள். அவள் தெர்மாமீட்டரை கையில் வைத்திருந்தாள் அதை பார்த்ததும் கேட்டேன், என்ன உங்க அண்ணா அனுப்பி வச்சானா? என்று, அவள் சிரித்துக் கொண்டே யார் அனுப்பி வைத்தால் என்ன, உங்க உடம்பு சரி இல்லாதது, உங்க முகத்திலேயே தெரிகிறது என்று கூறி, வாயில் தெர்மாமீட்டரை திணித்த படி உள்ளே வந்தாள். காய்ச்சல் 101.5 டிகிரி இருக்கு இப்படி சாதாரணமா உட்கார்ந்து இருக்கீங்க, வாங்க டாக்டர்ட போலாம்னு கூப்பிட்டாள்.

வேண்டாம் தனியாக போய் எனக்கு பழக்கம் கிடையாது, அம்மா நாளை இரவு வந்துவிடுவார்கள், அப்பொழுது போய் காண்பித்துக் கொள்கிறேன் என்று கூறினேன்.

'சரி என்னோட வர்லேனா பரவா இல்ல, எங்க அம்மாக்கு கால் பண்ணி வர சொல்றேன், அப்பொழுதாவது வருவிங்கள்ல' ன்னு சொல்லிட்டு போன் எடுத்தாள் வினிதா.

அம்மாவுக்கு கால் பண்ணாத பாவம் அவங்க வேலையா இருப்பாங்க, சரி விடு உன் கூடயே நான் ஹாஸ்பிட்டலுக்கு வர்றேன்னு சொல்லிட்டு கிளம்பச் சென்றேன்.

அண்ணனும் தங்கச்சியும் ஒரே மாதிரி இருக்குறீங்கப்பா, எப்படியாவது நீங்க சொல்றத நடத்தி காட்டிடறீங்க என்று பேசிக்கொண்டே வினிதாவுடன் சென்றேன். ஹாஸ்பிட்டலுக்கு விஷ்வாவின் அம்மாவும், அவனும் நாங்க போன பத்து நிமிஷத்தில் அங்கே இருந்தனர். அவங்க அம்மா என்ன ரொம்ப அக்கறையா பார்த்துக்கிட்டாங்க, எனக்கு சுடுதண்ணீர் எல்லாம் வைத்துக் கொண்டு வந்திருந்தாங்க. டாக்டர் பார்த்துவிட்டு, ஒரு ஊசி போட்டு பின் தண்ணீரில் ஐஸ் போட்டு அரை மணி நேரம், அதை தலைக்கு ஒத்தடம்

கொடுக்க சொல்லி விட்டுசென்றார். விஷ்வாவின் அம்மா மற்றும் அவனின் தங்கை அதை சளைக்காமல் செய்தனர், அதற்குள் விஷ்வா சென்று மாத்திரையை வாங்கி வந்து விட்டான்.

அவளுக்கு உடல் நோகும் நிமிடம், அவனுக்கு உயிர் நோகும் நிமிடமாகும்

அதை டாக்டர் இரவு 10.00 மணி, 1.00 மணி மற்றும் விடியற்காலை 4.00 மணிக்கு போடும் படி கூறி அனுப்பினார். விஷ்வாவின் அம்மா என்னை அவங்க வீட்டிற்கு வரும் படி கட்டாயப்படுத்தினார். ஆனால் நான் எங்க வீட்டிலயே இருந்துப்பேன் ஆன்டின்னு சொல்லிட்டேன்.

வினிதாவை உனக்குத் துணைக்கு அனுப்பி வைக்கிறேன்னு சொன்னாங்க. இல்ல இருக்கட்டும் ஆன்டி நாளைக்கு வினிதா ஸ்கூலுக்கு போகனும் என்று அனுப்பி வைத்துவிட்டேன். என் வீடு வரை அனைவரும் வந்துவிட்டுச் சென்றனர்.

அம்மா சாப்பிட்டியா என்று கேட்டு கால் செஞ்சாங்க. அப்போ தான் சொன்னேன், விஷ்வாவின் அம்மா என்னை ஹாஸ்பிட்டல் கூட்டி போனதை. அம்மாவின் பதற்றம் அவரின் குரலில் தெரிந்தது. இப்போ சரி ஆயிடுச்சி ஊசி போட்டாங்கன்னு சொல்லி அவங்களை சமாதானப்படுத்தினேன்.

விஷ்வா அன்று இரவு முழுவதும், நான் போட வேண்டிய மாத்திரையை சரியான நேரத்துக்கு ஞாபகப்படுத்தினான். நைட் 1 மணிக்கு கால் செஞ்சு பாலில் மாத்திரையை போட்டு படுங்கன்னு சொன்னான்.

***

விடியற்காலை 4 மணிக்கும், அலாரம் அடித்தா எப்படி இருக்குமோ, அப்படி கால் செஞ்சி மாத்திரையை போட வச்சான். அப்பொழுது அவன் என்மேல் காட்டிய அக்கறை இன்னும் என் கண்களை விட்டு மறையாது.

அடுத்த நாள் மாலை எனக்கு காய்ச்சல் என்பதால் அம்மா, அப்பா ஊருக்கு போய்ட்டு வந்துட்டாங்க, விஷ்வா அவன் அம்மாவுடன் என் வீட்டிற்கு வந்து என்னைப் பார்த்தான். எங்க அம்மா தாங்ஸ் மழையை பொழிஞ்சிட்டாங்க, இருவரும் கிட்சனுக்குள் சென்றுபேச ஆரம்பித்துவிட்டனர். விஷ்வாவும், என் அப்பாவும் கிரிக்கெட், சினிமா என்று பேசிக்கொண்டு இருந்தனர். நடுவில் சென்று, இன்னும் பத்து நாள்ல செமஸ்டர் வந்துரும்டா விஷ்வா, படிச்சிட்டியான்னு கேட்டேன். முன்னாடியே படிக்கிற கேஸ் நீங்க தான், நான் இல்லப்பான்னு சிரிச்சிட்டே சொல்லி சமாளிச்சான்.

அவனது குறும்புத் தனம் அதையும் மீறிய அக்கறை, என் குடும்பத்தினருடன் அவன் பழகும் விதம் இவை அனைத்தும் அவனிடம் எனக்குப் பிடித்த ஒன்று.

அவன் தங்கை, நான், விஷ்வா அனைவரும் அன்று முழுவதும் என் வீட்டில் நேரத்தைக் கழித்தோம். அவர்களை என் அறைக்கு அழைத்துச் சென்றேன். விஷ்வாவிற்கும், அவன் தங்கைக்கும் என் அறை மிகவும் பிடித்து இருந்தது. விஷ்வா உள்ளே நுழைந்ததும், ஒரு மினிபொம்மை கடையே வச்சிடலான்னு சொல்லிட்டு, என் மீன் தொட்டியை ஆராய்ந்து கொண்டிருந்தான். அதற்குள் விஷ்வாவின் அம்மாவின் சத்தம் கேட்டது, அவன் எங்களிடம், அவனது அம்மாவை வீட்டில் விட்டுவிட்டு வருகிறேன் என்று கூறிவிட்டுச் சென்றான்.

***

நானும் வினிதாவும் ரூமை செட் பண்ணிட்டு இருந்தோம். அண்ணா வந்துட்டான் பைக் சவுண்ட் கேட்குதுன்னு சொன்னா வினிதா. அவன் வந்து கதவத் தட்டுவான் வா நம்ம ரூம் செட் பண்ணலாம்ன்னு சொல்லிட்டு, எடுத்து வச்சிட்டு இருந்தோம்.

அவன் என் அறையின் கதவை தட்டும் போது மீரா என்ற சத்தம் கேட்டது. அன்று நானும் வினிதாவும் ஆச்சரியத்துடன் பார்வையால் பார்த்துக்கொண்டு, கதவை திறந்தேன். விஷ்வா எப்பொழுதும் என்னை "மீரா என்று கூப்பிட்டு, வாங்க போங்க" என்று மரியாதையாக கூப்பிடுவான், ஆனால் அன்று மிஞ்சி இருந்த அந்த மரியாதையும் காணாமல் போனதுதான் எங்கள் இருவருக்கும் ஆச்சரியம், அவன் அதை சிறிதும் பொருட்படுத்தாமல், ஹாய் மீரா கதவை தொறக்குறதுக்கு இவ்வளவு நேரமா உனக்கு என்று கேட்டுட்டு போய் படம் பார்க்க, நாங்கள் ஒதுக்கிய இடத்தில் ராஜாவை போல் அமர்ந்தான்.

***

அனைவரும் படம் பார்த்து முடித்ததும், கீழே என் அம்மா சாப்பாடு ரெடியாக வைத்திருந்தார். என் உடம்பை பார்த்துக்க சொல்லிட்டு, சாப்பிட்டு விட்டு இருவரும் கிளம்பி விட்டனர்.

நைட் விஷ்வா வீட்டிற்கு சென்று மெசேஜ்-ல் படம் பார்க்கும் போது, உன்கண்களில், கண்ணீர் நிரம்பி இருந்ததை பார்த்தேன், அது படம் தானே! ஏன் இப்படி ஒரு இமோஷன் என்று கேட்டான். அப்படத்தில், ஓர் காட்சியில் ஹீரோவின் காதலி இறந்து போவதை என் மனம் ஏற்றுக்கொள்ள முடியாமல் என் கண்களில் இருந்து கண்ணீர் சொட்டியது. ஆனா அவன்கிட்ட, காய்ச்சலினால் என் கண் ரொம்ப எரிந்தது என்று சொல்லி மெசேஜ் அனுப்பிட்டேன்.

இறுதி நாட்கள்..................பரிட்சையின் பயம்..............மற்றும் எதிர்காலத்தின் கேள்வி?

அடுத்த நாள் காலேஜிக்கு சென்றவுடன் அனைவரும் பரபரப்பாக பேசிய ஒரே விஷயம் செமஸ்டர் எக்ஸாம் டைம் டேபிள் மற்றும் அதை தொடர்நத வாரத்தில் வரிசையாக வர இருக்கும் உள்நாட்டு மற்றும் வெளிநாட்டு கம்பெனி இன்டர்வியூஸ்.

என் அப்பாவிற்கு நான் வேலைக்கு போவதில் விருப்பமில்லை, ஆனால் அவரால் என் ஆர்வத்தை மற்றும் என் கனவுகளை உதாசினப்படுத்த முடியவில்லை.

அதனால் என் தந்தை, அவரின் எண்ணத்தை மிகத் தெளிவாக என்னிடம் கூறினார். அவர் என்னிடம் “உன் மனசுக்கு எது சரின்னு தோனுதோ பண்ணுடா செல்லக்குட்டி”ன்னு சொன்னார். நான் மிகுந்த குழப்பத்தில் இருந்தேன்.

***

விஷ்வாவிடம் கேட்டேன், என் குழப்பங்கள் அனைத்தையும் கூறி, அவன் சிரித்துக்கொண்டே "பசங்களுக்கு கொஞ்சம் இடம் கொடுத்து வாழ விடுங்க"னு சொன்னான்.

எனக்கு MBA படிக்கனும் என்று ஒரு பக்கம், ஒரு பக்கம் என் தோழிகள் போல் நானும் என் சொந்தக் காலில் நிற்க வேண்டும் என்ற குழப்பத்துடன் இருந்தேன்.

விஷ்வா 'உன் இஷ்டம், எது நாளும் பார்த்து பண்ணு, ஏன்னா நீ என்ன பண்ணாலும் எல்லாரும் உன்கூட இருப்பாங்க' ன்னு சொல்லிட்டு போய்ட்டான்.

அஷ்மித்ரா பெங்களூருக்கு திரும்பி போய், புதுத் தொழில் ஒன்று ஆரம்பிக்கப் போவதாக கூறினாள். அனைவரும் பல கனவுகளை சுமந்து கொண்டு கல்லூரியின் இறுதி ஆண்டின் பாதைகளில் நடந்தோம்.

புது புது நாட்கள், புது புது கனவுகளை சுமந்தன.

பெரியம்மா, பெரியப்பா, சித்தி, சித்தப்பா என அனைவரும் அவர்களின் கனவின் பாதையை காட்டினார்கள்.

என் அம்மா, எப்பொழுதும் தனி வழி தான். அவங்களுக்கு ஊர் மக்கள் சிந்தனை, உறவினர்களின் அறிவுரை, பின் பேச்சு அத்தனையும் அவரின் மனதில் ஓடிக் கொண்டே இருக்கும். அதனால், என் வீட்டில் என்ன பிளான், எதிர்காலம் பற்றி டாப்பிக் வந்தா, "பேசாம கல்யாணம் பண்ணிக்கோ பாப்பா, நான் ரொம்ப சந்தோஷபடுவேன்னு" சொல்லி அப்பாவை ஒரு பார்வை பார்த்துக் கொள்வார்.

***

அப்பா சிரிச்சிக்கிட்டே, உனக்கு என்ன பண்ணனு தோனுதுடா? ன்னு எப்பொழுதும் என்ன பார்த்து கேள்வியை கேட்பார். நான் யோசிச்சிட்டு இருக்கேன் பா, வேலைக்குப் போகவா இல்ல MBA பண்ணவான்னு, தான் என் பதில் பாதி நேரம் இருக்கும். என் கையில் இரண்டு கம்பெனி ஆர்டர் மற்றும் 4 காலேஜ்ல MBA அப்ளிகேஷன் பார்ம் வாங்கி வச்சிட்டு வீட்டு டைனிங்கில் அமர்ந்திருந்தேன்.

விஷ்வா 'ஹாய் ஆண்டி' என்று சொல்லிவிட்டு வந்தான் உள்ள வந்த உடனே எங்க அம்மா அவனுக்கு முன்னாடி மூன்று தட்டுல சாப்பிட எடுத்து நீட்டுனாங்க, விஷ்வா எங்க அம்மா செல்லம். நீயே பாருடா இவள, இவள் குழம்பறது மட்டும் இல்லாம, எங்க எல்லாத்தையும் டெய்லி சாகடிக்கிறான்னு சொல்லிட்டு இருந்தாங்க அவனிடம்.

என்னை பார்த்து சிரிச்சிட்டு, நானும் உனக்கு ஒரு ஆபர் லெட்டர் நாளைக்கு கொடுக்கிறேன், அதையும் கொஞ்சம் உன் ஹார்ட்ல போட்டு வச்சிக்கோன்னு சொல்லிட்டு கிளம்பிட்டான்.

நான் அவனோட மெசேஜ்ல என்ன ஆபர் லெட்டர்டான்னு கேட்டதுக்கு நாளைக்கு தான் குடுக்க போறேன்ல அப்போ பாத்துக்கோ, இப்போ எனக்கு தூக்கம் வருதுன்னு வச்சிட்டு போய் தூங்கிட்டான்.

அன்று காலையில் என் அம்மா என்னிடம், சாயங்காலம் விஷ்வா அம்மாவோட பிறந்த நாளாம் இன்னைக்கு, சாயங்காலம் வீட்டுக்கு வேகமா வா, போய்ட்டு வந்துடலாம்னு சொன்னாங்க. விஷ்வா எருமமாடு என் கிட்ட இந்த விஷயத்தை தான் நாளைக்கு சொல்றேன்னு சொல்லுச்சா?ன்னு அவன திட்டிக்கிட்டே காலேஜ் போனேன், ஆனால் விஷ்வா காலேஜிக்கு லீவ் போட்டுட்டான்.

***

அவனுக்கு அவனோட அம்மான்னா அவ்ளோ பிடிக்கும். இந்த உலகத்துல ரொம்ப பிடிச்சதுனா அவங்க அம்மா தான். குட்டி எட்டு அடி என்றால், தாய் பதினாறு அடி என்பது போல் அவரின் பாசம். அவுங்களும் விஷ்வாவ அவங்க கண்ணுக்குள்ள வச்சி பாத்துப்பாங்க. நானும் அம்மாவும் ஒரு கி∴ப்ட் வாங்கி விட்டு, கிளம்பி அவனுடைய வீட்டிற்குச் சென்றோம்.

***

அத்தியாயம் - 8

அவன் அம்மாவின் பிறந்த நாள்

பரிசாக வந்தபல திருப்பங்கள்

நான் முதல் முதலாக விஷ்வாவின் வீட்டிற்குச் செல்கிறேன். வாசலில் நின்று பெல் அடித்து, அவனை அழைப்பதற்குள், அவன் ஓடி வந்து உள்ள வாங்க ஆண்டின்னு கூப்பிட்டான், நாங்கள் செருப்பை அவிழ்த்துவிட்டு உள்ளே செல்வதற்குள், விஷ்வாவின் அம்மா மற்றும் அப்பா வாசலிற்கு வந்து உள்ளே அழைத்துச் சென்றனர்.

வினிதா கையில் இனிப்பு தட்டுடன்வந்தாள், அருகில் நின்று எங்களிடம் நீங்க வரமாட்டிங்கனு அண்ணா சொன்னான், நீங்க வந்தது எனக்கும் என் அண்ணனுக்கும் செம்ம சர்ப்ரைஸ்ன்னு சொல்லி என் அருகில் அமர்ந்தாள். அவனின் அப்பா, வினிதா மற்றும் நான் மூவரும் பேசிக்கொண்டு இருந்தோம், என் அம்மாவும் அவன் அம்மாவும் குசுகுசுவென ரகசியம் போல் பேசிக்கொண்டு இருந்தனர், அவன் அதை அனைத்தையும் வேடிக்கை பார்த்துக்கொண்டு இருந்தான்.

ஹாலில் சிறிது நேரம் அனைவரும் அமர்ந்து பேசிக்கொண்டு இருந்தோம். விஷ்வாவின் அம்மாவும், என் அம்மாவும் கிட்சனுக்குள் பேசிக்கொண்டே சென்றனர். நீங்க வாங்க, நான் என் ரூமை உங்களுக்கு காட்டுகிறேன் என்று சொல்லி வினிதா என்னை அழைத்துச் சென்றாள்.

இதுதான் தப்பிக்கிறதுக்கு சாக்கு என்று நினைத்து, விஷ்வாவும் எங்களுடன் ஓடி வந்து விட்டான். யாராவது பாத்தா விஷ்வாவா இதுன்னு கேட்ருவாங்க, அப்படி ஒரு தன்னடக்கம், உங்க அண்ணா ஏன் இப்படி அமைதியான பய்யன் மாதிரி இருக்கான், என்று வினிதாவிடம் கேட்டேன்.

***

எங்க அப்பா இருந்தா எங்க அண்ணா எப்பவும் இருக்கற இடம் தெரியாம இருப்பான்னு சொல்லிட்டு சிரிச்சா.

அன்று விஷ்வாவின் கண்களில் பார்த்தேன் அவன் அப்பாவிடம், அவனிற்கு இருக்கும் ஓர் பயம் கலந்த மரியாதையை, அதற்கு நேர் மாறாக விஸ்வாவின் தங்கை, எல்லா அப்பாக்களுக்கும், மகள் தான் செல்ல பிள்ளை என்று அங்கேயும் நான் தெரிந்து கொண்டேன்.

சிறிது நேரத்திற்கு பிறகு வினிதா, நான் மற்றும் விஷ்வா ஹாலுக்கு வந்து கேக்கை எடுத்து வைத்தோம். விஷ்வா அவன் அம்மாவிற்கு வாங்கிய கி:ப்ட்டை என் கையில் கொடுத்துவிட்டு, வேகமா மாடிக்கு ஓடினான், அவன் தங்கச்சி, அவன பார்த்து சிரிச்சிட்டு நீங்க பயப்படாதீங்க, சர்ப்ரைஸ்ன்னு ஏதாவது எங்க அண்ணா பண்ணிக்கிட்டே இருப்பான் அதுக்குத் தான் அவன் ரூம்ல போய் ஏதோ எடுக்கப்போறான்னு சொன்னாள்.

மாடியில் இருந்து அவன் தங்கச்சிக்கு கால் பண்ணி அவங்க அம்மாவின் கண்ணை கட்டி, ஹாலுக்கு கூட்டி வர சொன்னான், அவளும் அதை செய்தாள். ஒரு பெரிய பாக்ஸ் அவன் கையில் இருந்தது. அம்மாவின் கண்கட்டை அவள் அவிழ்த்ததும், அவன் அம்மாவின் முன் நின்று மண்டியிட்டு “ஐ லவ் யு”, உன் சிரிப்பிற்கு நான் என்றும் அடிமை என்று கியூட்டா சொல்லி, அம்மாவை டைட் ஹக் செஞ்சி, கி:பட்ட கையில கொடுத்தான்.

மகனை பெற்ற தாயின் பூரிப்பு அன்று நான் கண்டேன், அவனது தாயின் கண்களில். ஒரு தாய் தன் சந்தோஷத்தின் உச்சியை அடைவதற்கு இதற்கு மேல் என்ன வேண்டும். அடுத்து அவன் அப்பாவும், தங்கச்சியும் சேர்ந்து ஏதோ பிரசண்ட் பண்ணினார்கள். நானும், அம்மாவும் எங்களது

கி.ஃப்ட்டை கொடுத்தோம். விஷ்வாவின் அம்மாவிற்கு நான் முதலில் கொடுத்த பரிசு ஒரு சேலை.

விஷ்வாவின் கி.ஃப்ட்டை நானும், வினிதாவும் சேர்ந்து ஆண்டியை பிரிக்கவைத்தோம். அவர் சென்ற ஆண்டு முழுதும் ஆசைப் பட்டு கேட்டவற்றை அனைத்தையும் வாங்கி, கொடுத்திருந்தான். அதில் அவன் அம்மா ஆசைப்பட்ட மோதிரம், கர்ச்சி.ஃப்,சாரி, பொட்டு, கிளிப், ஹாண்ட்பேக், செருப்பு, போன் கவர் என அனைத்தையும் அதில் போட்டு அழகாக பேக் செய்து பரிசளித்திருந்தான்.

அவன் அம்மா கண்களில் கண்ணீருடன், உதட்டில் சிரிப்புடன், அவனை பார்த்தபடி அமர்ந்தார். காதலித்த பெண்ணின் முன் மண்டியிட்ட ஆண்களை பாத்திருக்கிறேன், அம்மாவின் முன் இப்படி ஒரு பாசத்தை அன்று பார்த்து பூரிப்படைந்தேன்.

கிட்சனுக்கு சென்று கேக்கை வெட்டி அனைவருக்கும் அவனின் அம்மா தந்தார். அவன் தங்கச்சி என்னை மொட்டை மாடிக்கு, போய் கொஞ்ச நேரம் பேசலாம்னு கூட்டிச் சென்றாள்.

அவர்கள் வீட்டு மொட்டை மாடி வெளிச்சத்துடன் இருந்தது, வீட்டின் மாடியில் மீனாட்சி அம்மன் கோவிலின் கலசம் தெரிந்தது. வெட்டி அரட்டை, இரவு நேரம், கை நிறைய ஸ்நாக்ஸ், கோவில் கலசம், நட்சத்திரம், சில்லென்று நம்மை வருடிச்செல்லும் இரவுக்காற்று இவை அனைத்தும் அன்றைய நாளை மிகவும் அழகுபடுத்தின.

***

விஷ்வா மேலே வந்து எங்களுடன் அமர்ந்தான். ஹாய் மீரா மேடம் உங்களோட அடுத்த கட்ட நடவடிக்கைகளை முடிவுசெஞ்சிட்டியான்னு? நக்கலாக கேட்டான்.

ம்ம்ம்....M.B.A படிக்கலாம்ன்னு முடிவு செஞ்சிருக்கேன், இங்க ஒரு மூனு காலேஜ்ல அப்ளிகேஷன் பார்ம் வாங்கிறகேன். அப்ராட்ல M.B.A பண்ணனும்னு ஆசை, அதனால அங்கேயும் ஒரு ஆன்லைன் டெஸ்ட் எழுதி இருக்கேன், எந்த காலேஜ்ல செட் ஆகுறேன்னு பார்க்கலாம்னு விஷ்வா கிட்ட புலம்பி முடித்தேன்.

எங்கள எல்லாரையும் மனசுல வச்சிட்டு முடிவு எடுன்னு சொல்லி, சிரிச்சிட்டே மீரா என்று அழைத்தான்.

***

"என்ன கல்யாணம் பண்ணிக்கிறியா மீரா"ன்னு அவன் கண்கள் என்னை பார்த்தபடி, அவன் உதட்டின் அசைவுகள் காற்றுடன் கலந்து இச்சொற்கள் என் காதில் ஒலிக்க, என் மனம் ஒரு நிமிடம் அங்கு என்ன நடக்கிறது என்று அறியாமல், அதை என் கண்களில் கேள்வி குறியுடன் வெளிப்படுத்தியது.

இந்த நிமிஷம் உன்ன மிஸ் பன்னிற கூடாதுன்னு தோணுச்சி அதனால உன் கிட்ட கேட்டுட்டேன், என்ன கட்டிப்பியா மீரா? நீ சிரிக்கிறத உன் வாழ்நாள் முழுக்க நா பார்க்கனும், ரசிக்கணும், உன் சிரிப்புக்கும் உன் சந்தோஷத்துக்கும் காரணமா நான் இருக்கணும். உனக்கு கஷ்டம்னு வரும் போது உனக்கு முன்னாடி நின்னு அத நான் எதிர்க்கணும்னு ஆசைப்படுறேன் மீரான்னு மூச்சி விடாம சொல்லி முடிச்சிட்டு, நீ இப்பவே பதில் சொல்லனும்னு நா எதிர்பார்க்கல, நான் என் ஆசையை உன்கிட்ட சொன்னேன் அவ்ளோதான். நம்ம எப்பையும் எப்படி பழகுவோமோ அப்படியே இருக்கலாம்னு சொல்லிட்டு மூச்சுவிட்டான்.

"இமைகள் இமைக்கும் நிமிடத்திற்குள் அவன் மனதிற்குள் இருக்கும் ஆசையை முன்வைத்ததும், என் இமைகள் ஒரு நிமிடம் இமைக்க மறந்து நின்றது"

அன்று, இரவு நேரக்காற்று சில்லென்று வீசியும், சட்டென்று என்னை சுற்றிய சூழல் அக்னி நட்சத்திர நாளன்று வீசும் அனல் காற்று போல் மாறியது. அச்சூலனின் தாக்கம் அவன் இதயம் துடிக்கும் சத்தம், கண்ணீரென்று ஒலிக்க கேட்டேன். ஆச்சரியத்துடன் அவள் தங்கை என்னையும் அவனையும், மாறி மாறி பார்த்துக் கொண்டிருந்தாள்.

அங்குள்ள அமைதியை உடைப்பதற்குள் என் மனதில், ஒரே நேரத்தில் தேனீக்கூட்டை கலைத்து விட அக்கூட்டில்

***

இருக்கும் மொத்தத் தேனீக்கூட்டங்களும் நம்மை துரத்துவதை போல் பல எண்ணங்கள் என் மனதையும், மூளையையும் தாக்கியது. இன்றும் அந்த நேரத்தில் என் மனதில் ஓடிய எண்ணங்களை என்னால் வார்த்தைகளால் எடுத்து சொல்ல இயலவில்லை. ஒரு வகையான குழப்பத்துடன் கூடிய யோசனை என்று தான் சொல்ல முடியும்.

நான் அவனிடம் என் பதிலை சரி அல்லது இல்லை என்று முடித்து விடலாம், ஆனால் அன்று நான் என்னை பற்றி மட்டும் யோசிக்க மனம் வர வில்லை அன்று அவன் மனதையும் பற்றி என் எண்ணங்கள் யோசித்தன. அவன் மனதால் பட்ட காயத்தின் ஆழங்கள் பற்றி தெரிந்தது தான் காரணமா? இல்லை அவனின் தோழியாக அவன் படும் வேதனைகளை பார்த்ததினாலோ என்னவோ தெரியவில்லை, என் முடிவு சட்டென்று அன்றுவரவில்லை.

அந்த தருணத்தை கடக்க, அவனை பார்த்து, நம்ம இதபத்தி இப்போ பேச வேண்டாம், நீ இப்போ உன் படிப்பு மற்றும் கரியர் பற்றி யோசி, நீ என்னோட ஜூனியர்டான்னு சொல்லி முடிப்பதற்குள், அவன் என்னை பார்த்து அப்போ கல்யாணம் பண்ணிக்க இஷ்டமில்லாம இல்லேல மீரா, நான் உன்னோட ஜூனியர்ன்னு தான நீ யோசிக்கிறன்னு கேட்ட அவன், அச்சூழலை சட்டென்று உணர்ந்து, அவன் பேச்சை அவனே மாற்றி, இனி உன்னிடம் இதை பற்றி பேசி தொந்தரவு செய்ய மாட்டேன், "என் ஆசையை உன்னிடம் கூறினேன்" அவ்வளவு தான் என்று ஜென்டில்மென் போல் சொல்லி முடித்தான்.

அம்மாவின் அழைப்பு சத்தம் கேட்டதும், எல்லோரும் கீழே சென்று விட்டோம், நானும் அம்மாவும் வீட்டிற்கு கிளம்பினோம், அவன் வீட்டார்கள் அனைவரும் வாசல் வரை வந்து வழி அனுப்பி வைத்தனர்.

***

விஷ்வாவிடம் இருந்து "SORRY"மெசேஜ் வந்து இருந்தது. அதன் பின் அவன் அம்மாவின் பிறந்தநாள் செலிபரேஷன்பற்றி பேசிவிட்டு, குட் நைட் சொல்லி போன் வைத்ததும் என் மனதில் பல சிந்தனைகள் சீறிப்பாய்ந்து ஓடியது. என் அப்பாவின் யோசனைகள், அவர் என் மேல் வைத்திருக்கும் பாசம் மற்றும் நம்பிக்கை, என் அம்மாவின் கண்டிப்பு மற்றும் சமூகத்தின் மேல் அவர்களுக்கு இருக்கும் பயம், எனக்கு அவன் மேல் இருக்கும் அன்பு, எல்லாவற்றிற்கும் மேலாக ஏதோ எண்ணம் ஒன்று என் மனதை இதை பற்றி இப்பொழுது யோசிக்க வேண்டாம் என்று தடுத்து நிறுத்தியது, அதை யோசித்த படி என் இமைகள் தூக்கத்தில் மெல்ல மூடத்தொடங்கியது. இன்றும், அன்று என் மனதில் ஓடிய எண்ணங்களை தெளிவாக விவரிக்க இயலவில்லை.

கண்மூடி விழிப்பதற்குள் காலேஜில் பேர்வெல்-டே (இறுதிநாள்) வந்தது, நாங்கள் கல்லூரி வாழ்க்கையின் இறுதியை தொட்டு விட்டோம் என்பதை எங்களுக்கு உணர்த்தும் நாள், எங்களை எங்களுக்கே அடையாளம் காட்டிய நாளாக இருந்தது, நாங்கள் போட்ட சிறு சிறு சண்டைகள், தோழியின் சிரிப்பில் மறையும் கோபங்கள், பாசத்தை தவிர வேறு எதையும் எதிர்பார்க்காமல் கிடைத்த நண்பர்கள், சாப்பாட்டு நேரத்தின் அரட்டைகள், ஒரு சாப்பாடு டப்பாவில் இருபது கைகள், ஆசிரியர்களிடம் இருந்து வாங்கிய திட்டுகள் இவை அனைத்தும் எங்கள் முன் நினைவுகளாக ஓடிக்கொண்டு இருந்தன.

நான்கு வருடத்தில் எப்போதான் இந்த காலேஜ் முடியும் என்று சில தருணங்களில் நாங்கள் யோசித்து சலித்தது உண்டு, ஆனால் அன்று எங்கள் கல்லூரியின் இறுதி நாள் என்று ஒவ்வொருவர் மனதிலும் ஆழமாக இருக்கும்

பாசங்கள் அனைத்தும் கண்களில் மூலம் அழுகையாக வந்து கொண்டிருந்தது. சிலர் மேற்படிப்பின் யோசனையில், பலர் வெளி உலகம் அவர்களுக்கு தரப்போகும் திருப்பங்களையும், அனைவரும் தங்கள் நட்பு வட்டாரங்களை இனி எப்பொழுது பார்க்க போகிறோம் என்ற எண்ணங்களுடன், சோகத்தை மறைத்த படி, சிரிப்பும் கண்ணீரும் ஒரே சமயத்தில் வந்து கொண்டிருந்தது, அன்றும் கிண்டலுக்கும் கேலிக்கும் குறை ஒன்றும் இல்லை என்று அந்த நாள் பல வகையான உணர்வுகளுடன், அனைவரும் எப்பொழுதும் வாழ்க்கையில் இதே போல் இருக்க வேண்டும் என்ற வாக்குறுதிகளுடன் அன்று பிரிந்தோம்., கல்லூரி நாட்களும் நிறைவடைந்தது.

எக்ஸாம் நாட்கள் பரபரப்பாக நகன்றன, கடைசி நிமிஷ பிரிப்பரேஷன், இரவு நேர கம்பைன் ஸ்டடீஸ், அவர் அவர் அறிவினை உபயோகித்து பதிலை கொண்டு வந்த தருணம், நண்பர்கள் அனைவரும் ஆசிரியர்களாக மாறிச் சொல்லித்தரும் தருணம், என்னதான் படித்து இருந்தாலும் எக்ஸாம் அன்று காட்டன் சுடிதார் அணிந்து சென்றால் தான், நன்றாக பரிட்சை எழுதுவேன், என்றும் என் ஜெல்பென் வைத்து எழுதினால் படித்த அனைத்தும் மறக்காமல் இருக்கும் என்ற குருட்டுத்தனமான என் எண்ணம் என அனைத்தும் ஓடின, எக்ஸாமும் முடிந்தது.

பரிட்சை வரை விஷ்வா என்னை தொந்தரவு செய்யவில்லை. எக்ஸாம் முடிந்த அன்று மாலை, வீட்டிற்குள் நுழைவதற்கு முன், என் அம்மாவின் சத்தமும், அவன் சத்தமும் தெரு முக்கு வரை கேட்டுக்கொண்டிருந்தது. என்ன சத்தம்னு கேட்டுட்டு போனேன், அதான் உனக்கு எக்ஸாம் முடிஞ்சதுலன்னு இரண்டு பேரும் கூறினர். விஷ்வாவின் கையில் உள்ள தட்டில், அனைத்து வகையான பலகாரங்களையும் வைத்து சாப்பிட்டுக்கொண்டே என்

அம்மாவிடம் அரட்டை அடித்தபடி என்னை வம்பு இழுத்துக்கொண்டு இருந்தான்.

விடுமுறை நாட்கள் வேகமாக ஓடியது. மீட்டிங்கஸ், அரட்டை, சாப்பாடு, போன், தூங்குறது, அம்மாவிடம் செல்ல சண்டை, லேட்நைட் கொரியன் சீரியல், மற்றும் வாரம் ஒரு சினிமா என்று சுதிக்கொண்டு இருந்தேன். அந்த நாட்களில் விஷ்வா, என்னை விட என் அம்மாவின் தோழனாக மாறினான். விஷ்வா ஒரு இடத்திற்குச் செல்கிறான் என்றால் அவன் என்னை பத்திரமாக கூட்டிச்செல்வான் என்ற எண்ணம் என் வீட்டாருக்கு இருந்தது, ஆகையால் பல இடங்களுக்கு விஷ்வா மற்றும் அவனின் தங்கையுடன் சென்று மகிழ்ந்தேன். விஷ்வாவின் நட்பு வட்டாரம் விரிந்தது. அவன் நண்பர்களுக்காக எதையும் செய்வான், ஆகையால், என்னுடன் இருக்கும் நேரத்தை தவிர, மீதிநேரங்களில் அம்மாவின் செல்ல பிள்ளையாக வீட்டிலும், அவன் நண்பர்களுடன் நீச்சல் குளத்திலும், அவனின் பைக்கில் பயிற்சி செய்வதிலும் அதை பேணிப் பாதுகாப்பதிலும், அவன் நேரத்தை கழித்தான்.

........வாழ்க்கையின் பாதையில் ஒரு சிறிய மாற்றம்.........

கோயம்புத்தூர் பெண்கள் கல்லூரியிலும், சென்னையிலும் M.B.A படிப்பதற்கு அட்மிஷன் லெட்டர் வந்திருந்தது மற்றும் அமெரிக்காவில் உள்ள M.B.A இன்ஸ்டிடியூஷனில் ஒரு வருட படிப்பிற்கான நுழைவு ஆன்லைன் தேர்வில் தேர்ச்சி பெற்று வைத்திருந்தேன்.

வீட்டில் அம்மாவால் என்னை வெளி நாட்டிற்கு அனுப்பி படிக்க வைக்கும் அளவிற்கு தைரியம் கிடையாது, அதனால்

நான் கோயம்புத்தூரில் உள்ள பெண்கள் கல்லூரியில் அட்மிஷன் போட்டுச் சேர்ந்தேன்.

கோயம்பத்தூர் காலேஜில் முதல் நாள் ஹாஸ்டலில் என்னை சேர்த்து விடுவதற்கு, என் அம்மா, அப்பா, விஷ்வா, அவனின் அம்மா, தங்கை, அஷ்மித்ரா இப்படி படை பட்டாளமே உடன் வந்தனர். அனைவரும் என் அறைக்கு வந்து, என் பொருட்களை அடுக்கி வைக்க உதவினார்கள். விஷ்வா மற்றும் என் அப்பா கேண்டீனிற்கு சென்று சாப்பாடு வாங்கி வரச் சென்றனர்.

விஷ்வா வரிசையாக அறிவுரைகளை வழங்கினான். எங்களை எல்லாம் உன்னுடைய பிஸி நாட்களில் மறந்துராதன்னு சொன்னான். அதை சொல்லிய மறு நிமிடம், நடந்து கொண்டிருக்கும் பாதையில், அவன் கண்கள் எவரேனும் பார்க்கின்றனரா என்ற பார்வை மற்றும் அவனின் காலடிகள் மெதுவாக பின் வாங்கியது, என்னிடம் பேசிக்கொண்டே வந்த அவன் "மீரா என்ன கல்யாணம் பண்ணக்கிரியா"ன்னு கேட்டான். இது அவனிற்கு இரண்டாவது முறை எல்லாம் இல்லை என்னிடம் கேட்பதற்கு, என்னை பார்க்கும்பொழுது, அவன் மனதிற்கு எப்பொழுதெல்லாம் தோன்றுகிறதோ, இதை என்னிடம் ஒரு முறை கேட்டு முடித்து விட்டு அவனின் அசட்டுச் சிரிப்பை அணிந்து கொள்வான்.

ஏண்டா விஷ்வா, என்ன பார்த்து எப்பயும் இந்த கேள்வியை கேட்கணும்னு வச்சிருப்பியா என்று கேட்டேன். *"ஆமா, என் கடமையை நான் செய்ய தவற கூடாது"* என்று முகத்தில் சிரிப்புடன், அவன் கால்கள் முன் நோக்கி ஓடியது.

என்னை அங்கு விட்டுவிட்டு அனைவரும் கிளம்ப தயாராகினர். முதல் முறை ஹாஸ்டல் வாழ்க்கை என்பதால், அவர்கள் கிளம்பும் பொழுது என்னை அறியாமல், கண்களின்

ஓரத்தில் கண்ணீர் துளிகள் எட்டிப்பார்த்தது. ஆனால் அதை உள்வைத்து, அவர்களுக்கு டாடா காண்பித்தேன் சிரித்த முகத்துடன்.

அவன் வண்டி ஓட்டிச்செல்லும் பொழுது அவன் முகத்தில் ஏதோ ஒரு வகையான குழப்பம் மற்றும் யோசனைகள் நிறைந்து இருந்ததை அறிந்த அவன் தங்கை, வீட்டிற்குள் சென்றதும் விஷ்வாவை பார்த்து, " ஏன் அண்ணா அமைதியா எதையோ யோசிச்சிகிட்டே வண்டி ஓட்டிட்டு வந்த?" என்று அவனிடம் அவன் மனம் அறிந்து கேட்டாள்.

அவனின் பதில் மழுப்பல்களாக இருந்தாலும், அவனின் தங்கை தொடர்ந்து கேட்டதும் அவன் தங்கையின் அருகில் அமர்ந்து மனம் விட்டு பேசத் தொடங்கினான். *"மீராவை அதிகமா தொந்தரவு செய்கிற மாதிரி தோணுது, ஆறு மாசமா என்ன கல்யாணம் செஞ்சிகிரியான்னு கேட்டு, அவளை கட்டாயப் படுத்துற மாதிரி தெரியுது.நல்ல பொண்ணு மீரா, அவுங்களுக்கு நம்ம பேசுறது பிடிக்கலன்னு தெரிஞ்சதுக்கு அப்புறம், அவுங்கள கட்டாயப் படுத்துறது சரியா தெரியல எனக்கு, இனி நான் மீராவை தொந்தரவு செய்ய போறது இல்லைனு முடிவு எடுத்து இருக்கேன்"* என்று அவன் தங்கையிடம் அவன் புலம்பி முடித்து அவன் முடிவை தீர்க்கமாக கூறினான்.

விஷ்வா அவனது இறுதி ஆண்டிற்குள் நுழைந்தான். அவனது அப்பா அவனை வாழ்க்கையை இப்போதாவது சீரியஸா எடுக்க சொல்லி திட்டினார்.

அவனிடம் ஒரு நல்ல கம்பெனியில், ஆண்டின் இறுதியில் அமர வேண்டும் என்ற எண்ணம் துளிர் விட்டது. அதே சமயத்தில் என் அம்மாவின் மாப்பிள்ளை தேடும் படலம் தீவிரமாக தொடங்கியது.

***

மூன்று மாதங்கள் ஓடின, விஷ்வா தினமும் அன்று என்ன நடந்தது என்று என்னிடம் கேட்பான், அவனும் அவனின் நாள் எப்படி கழிந்தது என்று கூறுவான், அந்த மூன்று மாதங்களில் ஒருநாளும் விஷ்வா அவனை கல்யாணம் செஞ்சிக்க சொல்லி கேட்கவில்லை என்னிடம், அவனின் திடீர் மாற்றம் என்னவென்று நான் யோசித்தேன், ஆனால் அந்த யோசனை என்னுள் மட்டுமே ஒரு கேள்வியாக இருந்தது, அதனை அவனிடம் நான் வெளிப்படுத்தவில்லை.

ஒருவர் நம்மிடம் தொடர்ந்து ஒரு விஷயத்தை பற்றி கேட்கும் பொழுது கூட நாம் அதை பற்றி சிந்திக்க மாட்டோம், ஆனால் அவர்களிடம் இருந்து வெளி வரும் அமைதி, நம் மனதை குழப்பத்துக்கு உள்ளாக்கி, பின் அந்த அமைதியை பற்றி யோசிக்கத் தூண்டுகிறது.

புரியாத பிரியம் பிரியும் பொழுது புரியும்

***

அத்தியாயம் - 9

கடவுளின் ஆசிர்வாதம்

மனம் அலைபாயும் அறிகுறிகள்

ஏழு மாதத்தில் மூன்று முறை மட்டுமே ஊருக்கு வந்து சென்றேன், படிப்பின் பளு கூடியது, ஆகையால் அடிக்கடி இங்கு வர முடியாத அளவிற்கு வேலை இருந்தது.

ஊருக்கு வந்த போதெல்லாம் சொந்தக்காரர்களை பார்த்து, அவர்களுடன் நேரம் பாதி கழிந்தது, பின் அம்மா அப்பாவுடன் செல்ல சண்டையிலும், மீதி நேரத்தில் விஷ்வாவின் வீட்டிற்கு இரண்டு முறை எக்ஸாம் லீவில் சென்றேன். அங்கு விஸ்வாவின் அப்பா, அம்மா, தங்கை மற்றும் அவனிடம் என் நேரத்தை கழித்தேன், அவர்கள் குடும்பத்தில் கலகலவென சிரிப்பு சத்தம் நிறைந்து இருக்கும்.

எவர் ஒருவர் நம் மேல் அக்கறை எடுத்து, பாசம் வைத்து பார்த்துக் கொண்டிருக்கின்றனரோ, அவர்களின் அக்கறை மற்றும் பாசம் அவர்கள் உடன் இருக்கும் வரை நமக்கு புரிவது இல்லை, ஏதோ ஒரு காரணத்தினால் அவர்கள் நம்மை விட்டு சிறு தொலைவில் செல்லும்பொழுது தான் உணர்கிறோம், அவர்கள் நம் வாழ்விலும், நம் மனதிற்கும் எவ்வளவு முக்கியமானவர்கள் என்று.

அன்று மாலை நேரத்தில், சாப்பிட செல்வதற்காக நண்பர்களுடன் சென்று கொண்டு இருந்தேன், அப்பொழுது விஷ்வா அம்மாவின் கால் வந்தது. அவன் தங்கைக்கு திருமணம் என்று அவர் என்னிடம் கூறும்பொழுது, அவர் முகத்தில் இருக்கும் மலர்ச்சியை என்னால் அன்று அங்கு போன் காலில் உணர முடிந்தது. அன்று அவனின் அம்மா கூறியதை கேட்டதும், என் சொந்த தங்கைக்கு கல்யாணம் என்பது போல் என் மனம் சந்தோஷம் அடைந்தது.

***

அவன் அம்மா, பையனை பற்றியும், அவர்களின் குடும்பத்தினர் பற்றியும் விலாவரியாக என்னிடம் அரைமணி நேரத்திற்கு குறையாமல் கூறினார். இன்னும் மூன்று மாதங்களில் திருமணம் முடிவு செஞ்சிருக்கோம் என்று சொல்லி, எனது அம்மா அப்பாவிடம், கூறியதாக சொன்னார்கள்.

விஷ்வாவின் அப்பாவும் அன்று என்னிடம் பேசினார், நம்ம வீட்டுக் கல்யாணம் என்றும், என்னை கண்டிப்பாக திருமண சடங்குகள் முடியும் வரை அங்குதான் இருக்க வேண்டும் என்று வற்புறுத்தி அழைத்தார். அவர்கள் என் மேல் காட்டிய பாசம் மிக அழகாக இருந்தது, அதை ரசித்த படி அவர்களிடம் அன்று உரையாடினேன். இவர்கள் அனைவரும் கூறுவதற்கு முன் விஷ்வா என்னிடம் கூறியிருந்தான் பெண் பார்க்க வருகின்றனர் என்றும் அதன் அன்றாட முன்னேற்றங்கள் மற்றும் முடிவுகளை பற்றி. விஷ்வாவின் தங்கை வினிதாவும் எனக்கு கால் செய்து, பேச்சில் வெட்கத்துடன், தன் கல்யாணத்தை பற்றியும், அவளுக்கு பார்த்த மாப்பிள்ளை பற்றியும் பூரிப்புடன் கூறினாள்.

தோழனின் தங்கை தோழியாக இருக்கும் போது
கொண்டாட்டத்திற்கு குறைவேதும் இருக்காது

விஷ்வாவின் அம்மாவிடம் இருந்து போன் கால் வந்தது, ஹலோ ஆண்ட்டி எப்படி இருக்கீங்கன்னு பேசிக்கொண்டு இருக்கும் பொழுது, அவர் என்னிடம் “ஆண்ட்டிக்கு ஒரு உதவி மட்டும் செய்ய முடியுமா மீரா” என்று கேட்டார். உதவின்னு எல்லாம் நீங்க என் கிட்ட கேட்காதீங்க, ஒரு விஷயம் சொல்லிட்டு அதை செஞ்சிருன்னு சொல்லுங்க அதை நான் செய்றேன்னு சொன்னதும், அவனின் அம்மா

***

சிரித்துக்கொண்டே, "வினிதா, கல்யாண ஷாப்பிங் போகணும்னு கேட்டுகிட்டு இருக்காடா மீரா, இந்த வாரம் கடைசியில் வினிதாவை விஷ்வா கூட கோயம்புத்தூருக்கு அனுப்பி வக்கிறேண்டா, ஷாப்பிங் மட்டும் போயிட்டு வந்துர முடியுமா? என்று கேட்டார். என்னிடம் பேசுவதற்கு முன் என்னுடைய அம்மா அப்பா கிட்ட வெளியில் செல்வதற்கு பெர்மிஷனும் வாங்கிவைத்திருந்தார்.

எனக்கு ஷாப்பிங்னா பிடிக்கும், நான் பார்த்துக்கறேன், நீங்க கவலை படாதீங்கன்னு சொல்லிட்டு, நண்பர்களுடன் சாப்பிடச் சென்றோம். மறுநாள் ஹாஸ்டலில் என் அறையில் இருக்கும் என் தோழிக்கு பிறந்த நாள், அதனால் எங்கள் ரூமில் இருக்கும் நாங்கள் அனைவரும் சேர்ந்து, ஹாஸ்டல் வாழ்க்கைக்கு உரிய ஆட்டத்தை, நிறைவேற்ற பிளான் செஞ்சிருந்தோம்.

அன்று இரவு 12 மணி அடித்ததும் அனைவரும் எழுந்து, பிறந்த நாள் பெண்ணை, பாத்ரூம் ஏரியாவிற்கு அழைத்துச் சென்று, அவள் மேல் நாங்கள் கலக்கி வைத்திருந்த தக்காளி, முட்டை, சாதம், காஸ்மெடிக்ஸ் ஐடெம்ஸ், தயிர், பேஸ்ட் போன்ற அனைத்தையும் கலந்து, அவள் மேல் ஊற்றி விளையாண்டு ,அவளை குளிக்க வைத்து பின் உண்மையான கேக்கை வெட்டி சாப்பிட்டு, அனைவரும் சர்ப்ரைஸ் பரிசுகள் வழங்கி பிறந்தநாளை சிறப்பாக கொண்டாடி மகிழ்ந்தோம்.

வீக்கெண்ட் நாள் வந்தது, விஷ்வாவிடம் இருந்து போன்காலும் வந்தது மாலை நான்கு மணி அளவில், "மீரா, நானும் வினிதாவும் இன்னும் 10 நிமிஷத்துல உன்னோட ஹாஸ்டல் வாசலில் இருப்போம், நீ கெளம்பி ரெடியா இரு, ஷாப்பிங் போய்ட்டு வந்திடலாம்" என்று சொல்லி போனை வைத்தான்.

***

விஷ்வாவிற்கும் அவன் தங்கைக்கும் ஹாய் சொல்லி காரில் ஏறினேன். விஷ்வா மற்ற நாட்களை விட அன்று அழகாக என் கண்களுக்கு தெரிந்தான். அவன் அணிந்திருந்த தூய வெள்ளை நிறத்தில் அரை கை சட்டை, ப்ளூ ஜீன் அவனது பாவனை மற்றும் தோற்றம் அன்று ஏனோ எனக்கு வித்யாசமாக தெரிந்தான்.

நாங்கள் மூவரும் அன்று காரில் ஏறியதில் இருந்து, அடித்த கலாட்டா, அலம்பலுக்கு அளவே இல்லை. அவன் தங்கை அவனிடம் சொல்ல தயங்கிய சில பெண்களுக்கு உரிய ரகசியங்களை நாங்கள் பகிர்ந்து கொள்வோம், விஷ்வாவிற்கு அது சில சமயம் பொறாமையாக இருக்கும்.

அவன் தங்கைக்கு பட்டுப் புடவை பார்க்க சென்றோம். எனக்கும் அவன் தங்கைக்கும் ஒரே மாதிரியான டேஸ்ட், பலவற்றில் எங்கள் ரசனைகள் ஒத்துப்போகும், ஆனால் விஷ்வா எங்களிடம் எடுத்து வரும் புடவையை நக்கல் அடிப்போம், அதில் எதுவும் எங்களுக்கு பிடிக்காது, அதனால் அவன் போய் கடையின் மூலையில் சென்று அமர்ந்து விட்டான். அவனது தங்கை ஒரு பட்டு புடவையை காண்பித்தாள், அந்த புடவையின் நிறம் பேபி பிங்க்கலரில், கோல்டன் பார்டர், அதை அவள் கல்யாணத்திற்கு நான் கட்ட வேண்டும் என்று சொன்னாள். விஷ்வா சட்டென்று எங்கள் அருகில் வந்து உனக்கு இந்த புடவை பிடிச்சிருக்கா என்று என்னிடம் கேட்டான். என் எண்ணம் வார்த்தைகளாக வருவதற்கு முன், அவன் என்னை பார்த்து “அம்மா வினிதா கல்யாணத்துக்கு உனக்கும் சேத்து தான் புடவை எடுக்க சொன்னாங்க”, என்று என்னிடம் சொல்லி அவன் அந்த புடவையை பில் கவுண்டருக்கு அனுப்பினான்.

விஷ்வாவுடன் அன்று முழுவதும் சுற்றினேன், அவன் என் மேல் காட்டிய அக்கறை அளப்பரியது, அவனுடன்

நான் இருக்கும் தருணத்தில் பாதுகாப்பை உணர்ந்தேன். நெரிசல்களில் பாதுகாவலன் போல் கூட்டிச்சென்றான், அவனுடன் சிறுபிள்ளை கை பிடித்து செல்வது போல் சென்றேன். என் அப்பாவின் அரவணைப்பையும், அவர் என்னை வெளியிடத்தில் கூட்டிச் செல்லும் தோரணையை அவனிடம் கண்டேன்.

வாழ்வதற்காக மட்டுமே சாப்பாடு என்று சொல்லும் சிலர் மத்தியில், சாப்பாட்டிற்காக மட்டுமே வாழ்கிறேன் என்று சொல்லும் பெண் நான். ரோட்டோர கடைகளில் பாணி பூரி, பஞ்சிமிட்டாய், கிருஷ்ணா ஸ்வீட்ஸ் மைசூர்பாக் போன்றவற்றை நான் கேட்பதற்கு முன் அனைத்தையும் என் குணம் தெறிந்து வாங்கி கொடுத்தான்.

சிறு சிறு அக்கறைகள் மனதில் பெரிய தாக்கங்களை உண்டாக்கும் என்பதை உணர்ந்த தருணம்.

நாங்கள் நன்றாக சாப்பிடுகிறோமா என்பதில் இருந்து, அழைத்துச் செல்லும் இடம் பாதுகாப்பாக இருக்கிறதா என்பது வரை பார்த்துப் பார்த்து அழைத்துச் சென்றான்.

•••கடவுளின் ஆசிர்வாதத்தில் தொடங்கிய உறவு•••

மாலை மங்கும் நேரத்தில், வீசும் காற்று எங்கள் தலை முடியை தொலைக்கும் வண்ணம் இருக்கையில், மயில் தன் தோகையை விரித்து ஆனந்தம் பொங்கி ஆடும் தருணத்தில் உள்ள அழகை நம் மனம் ரசிப்பதை போல் அன்று என் மனம் அக்காற்றில் அழகாக நடனம் ஆடுவதை உணர்ந்தேன்.

***

நாங்கள் மூவரும் கோவிலுக்கு சென்றோம். விஷ்வா கோவிலுக்குள் அதிகம் வரமாட்டான், விஷ்வாவின் அரைகுறை மனதுடன் அவனை வற்புறுத்தி அழைத்துச் சென்றோம். அவனின் தங்கையும் நானும் பல விஷயங்களில் ஒன்றாக யோசிப்போம், இருவருக்கும் கோவில் என்றால் பிடிக்கும். விஷ்வாவிற்கு சாஸ்த்ரா சம்பிரதாயங்களில் அதிகம் நம்பிக்கையோ ஈடுபாடோ கிடையாது.

இதில் அவனுக்கு நேர் எதிர் நான், கோவில் பூஜை, சம்பிரதாயங்கள் போன்ற அனைத்தும் எனக்கு மிகவும் பிடித்த ஒன்று. இது போன்று எண்ணற்ற விஷயங்களில், எங்கள் எண்ணங்கள் அனைத்தும் நேர்மாறானவை.

எங்கள் எண்ணங்கள் நேர்மாறாக எலியும் பூனையும் போல் இருப்பினும்,எங்கள் இடையே உள்ள புரிதலின் அழகு எலி இன்றி பூனையால் இருக்க முடியாது என்றும், பூனை இல்லையேல், அதுவே எலியின் சோர்வுக்கு காரணம் என்பதை எங்களின் ஒவ்வொரு வித்யாசங்கள் வெளிப்படும் பொழுது அதனை சிறு சிறு சண்டைக்கு பின் உணர்வோம்.

இன்றும் அதனை உணர்ந்த வண்ணம் இருக்கிறது எங்களின் அழகிய எலி பூனை (டாம் அண்ட் ஜெர்ரி) உறவு.

அர்ச்சனை தட்டு மற்றும் விளக்கு வாங்கிக் கொண்டு உள்ளே சென்றோம். கருவறையில் அம்மனின் தரிசனம் மனதில் உள்ள குழப்பங்களை நீக்கி, மனம் இலவம் பஞ்சு போன்று மென்மையாக உணர்ந்தேன். நாங்கள் பிரகாரத்தில் சாமி கும்பிட்டு வர, அவன் சிறுகுழந்தை போல் ஆடிக்கொண்டே எங்களுடன் நடந்து வந்தான்.

***

அமைதியான கோவில் வளாகம், கோவில் நடுவில் உள்ள தெப்பக் குளத்தினுள் எந்த ஒரு கவலையும் இன்றி நீந்திக் கொண்டிருக்கும் மீன் கூட்டங்கள்.

குளத்தின் படியில் அமர்ந்தோம் மூவரும். எப்பொழுதும் போல விஷ்வா என்னை கிண்டல் செய்ய ஆரம்பித்தான். மாடர்ன் பொண்ணுக்குள்ள, இப்படி ஒரு குடும்ப குத்து விளக்கு என்று சொல்லி கேலி செய்தான்.

ஏன்டா விஷ்வா கோவிலுக்கு யார் கூப்பிட்டாலும் வரமாட்டியாமே, ஆண்ட்டி சொல்லி கஷ்ட பட்டாங்க, கோவிலுக்கு வந்தா மனசு நிம்மதியா இருக்கும், இனியாவது கோவிலுக்கு போடான்னு அவனை பார்த்து சொல்லிய பொழுது, அவனின் கவனம் மீன்களின் மேல் இருக்குமாறு காண்பித்துக் கொண்டான்.

***

என் வாழ்நாள் முழுவதும் என்னை கோவிலுக்கு கூட்டிச் செல்ல, நீ ரெடியாக இருக்கேன்னு சொல்லு மீரா, சடைக்காமல் உன்னுடன் கோவிலுக்கு வர நானும் ரெடின்னு சட்டென்று கூறினான்.

அவன் தங்கை அவனை நக்கல் பார்வை ஒன்று பார்த்து "என்னடா! அண்ணா, இன்று நாள் முழுக்க, ரொம்ப நல்ல பையனா இருக்கானேன்னு ஆச்சரியப் பட்டேன், கடைசில ஒரு பெரிய பிட்ட தூக்கி போட்டுட்டு உன்னால மட்டும் எதுவுமே நடக்காத மாதிரி முகத்தை எப்படி அண்ணா இப்படி வச்சிக்கிற? என்று சொல்லி அவனை செல்லமாக அடித்துவிட்டு என்னிடம் திரும்பி, அவனும் ஒரு வருஷமா விடாம, எந்த ஒரு சஞ்சலமும் இல்லாம கிடைக்கிற நேரம் எல்லாம் பிட் பிட்டா போடுறான், சின்ன பையன் ஏதாவது பாத்து செஞ்சி அவனை அடக்குங்கன்னு சொன்னாள்.

நான் விஷ்வாவை பார்த்து சிரித்துக்கொண்டே அவன் தங்கையிடம், "கோவிலுக்கு மட்டும் இல்ல, நா எங்க கூப்பிட்டாலும் அவன் என் கூட வர்ரதுக்கு ரெடின்னா சொல்ல சொல்லு உங்க அண்ணாவை, அப்போ நானும் ரெடி அவனை டார்ச்சர் செய்ய" என்று மீன் கூட்டத்தை ரசித்த படி கூறினேன். அவன் தங்கை என்னை ஆச்சரியத்துடன் பார்த்தாள்.

விஷ்வா சரியான மரமண்டை, அவன் குளத்தை பார்த்த படி, "நான் என்ன கேட்கிறேன், அவ என்ன பதில் சொல்றான்னு பாறேன், எப்ப தான் என்ன நீ புரிஞ்சிக்க போறியா மீரா" என்று சலித்துக்கொண்டு பொரியை முழுவதும் குளத்தினுள் தூவினான்.

***

அவன் தங்கை அட மக்கு அண்ணா! என்று கூறினாள். நான் சிரித்துக் கொண்டே பின் இருந்து அவளை அமைதியாக இருக்குமாறு உஷ்ஷ்ஷ்.... என்று சைகை காண்பித்தேன், என் சைகையை அவள் புரிந்து கொண்டு அமைதியாக எழுந்தாள், நாங்கள் எழுந்து நடக்கத் தொடங்கினோம்.

நடந்து செல்லும் வழியில் விஷ்வா என்னை பார்த்து, நீ குங்குமம் வச்சி, சடை பிண்ணி இந்த வொயிட் & பின்க் கலர் சுடிதார்ல ரொம்ப அழகா இருக்க, கோவில் வாசல்ல பூ வாங்கித்தர்றேன் வச்சிக்கிரியா?, இல்லேனா என் தங்கச்சிய வாங்கி தர சொல்றேன் வச்சிக்கோ, அது மட்டும் தான் மிஸ் ஆகுதுனு சொன்னான்.

நா சிரிச்சிக்கிட்டே நீயே வாங்கி கொடு நான் வச்சிக்றேன்னு சொன்னேன். அவன் மல்லிகை பூ வாங்கி வந்து என் கையில் கொடுத்தான், நான் எப்பையும் சினிமாட்டிக்கா இருக்க மாட்டேன், ஆனால் அன்று அவன் பூவை என்னிடம் கொடுத்ததும், அவனது வாழ்க்கையை பத்திரமாக பார்த்துக் கொள்ளும் பொறுப்பை நான் ஏற்கின்றேன் என்ற எண்ணம் உதித்தது.

புரிகின்ற சிறிய விஷயத்தையும் புரியாதவாறு
சுத்திவளைத்துச் சொல்லும் புத்தி - பெண்களின் புத்தி
புரிகின்ற சிறிய விஷயத்தையும், நேரடியாக
சொன்னாலும் புரியாத புத்தி - ஆன் மகனின் புத்தி

அவனிடம் இருந்து பூவை வாங்கிய பின், இதே மாதிரியே, நம்ம இரண்டு பேரும் வயசாகி வந்தாலும் வாங்கி தருவியாடா? என்று கேட்டேன். அப்பொழுது தான் என் அறிவு ஜீவனுக்கு புரிந்தது, அவன் முகத்தில் அனைத்து விதமான உணர்வுகளையும் அன்று அவனிடம் கண்டேன்.

***

அவன் கண்களில் கண்ணீர், அவன் உதட்டை தாண்டி 32 பற்களும் வெளியே தெரியும் அளவிற்கு சிரிப்பு, அவனின் கைகள், தங்கையின் கையை பிணைந்து கொண்டிருந்தது மற்றும் அவனது கால்கள் யானை போல் முன்னும் பின்னும் ஆடிக் கொண்டிருந்தன, அவன் முகம் முழுவதும் சந்தோஷம் தாண்டவம் ஆடிக்கொண்டு இருந்த அழகு இன்றும் என் கண்களில் நிலைத்து இருக்கிறது.

அவன் தங்கை சிரித்த படி, "இத அவங்க கோவில் உள்ளேயே சொல்லிட்டாங்க ஆனா நீ இப்போ தான் புரிஞ்சிகிட்டடா அண்ணா" என்று சொல்லிட்டு அவன் கொண்டு வந்த பூவை என் தலையில் வைத்து, பாவம் நீங்க என் அண்ணா கிட்ட மாட்டி கிட்டிங்க என்று சொன்னாள்.

வாசலில் நின்று செருப்பு மாட்ட தடுமாறிய என்னை பிடித்து, கீழ் குனிந்து, என் தோளில் கைவைத்துக்கொள் என்று சொல்லி, என் கால்களை அவன் முதன் முதலாக பிடித்த பொழுது, சட்டென்று என் கால்கள் குளிர் பெட்டியில் வைத்ததை போல் ஒரு குளிர்ச்சியை என் மனம் உணர்ந்த மறுநிமிடம், கால்களை நகற்றிவிட்டேன்

"உன் மடியில் நூறு ஜென்மம் வாழ வேண்டும், மரணம் நேரும் நேரத்திலும் மடியின் ஓரத்தில் இடம் ஒன்று கிடைத்தால் இறந்தும் வாழ்வேன்"

என்று என் கண்களை பார்த்து கூறி, கை பிடித்தான்.

கடவுளின் ஆசிர்வாதம் மற்றும் என்னவனின் சந்தோஷம் இவற்றில் தொடங்கியது எங்களின் காதல் பயணம்

***

அத்தியாயம் - 10

அழகிய தருணங்கள்

அவனின் பாசம் மாதங்களை நொடிகள் போலவும், அவனின் கோவம் நொடிகளை யுகங்கள் போலும் என்னை உணரச் செய்தது

நாங்கள் அருகில் உள்ள ஹோட்டலுக்கு சென்று வயிறு நிறைய சாப்பிட்டோம். விஷ்வா கூட போனா சாப்பாட்டிற்கு மட்டும் குறைவே கிடையாது, நம்ம கேக்கனுன்னு கூட அவசியம் இல்ல, அது நல்லா இருக்கும்னு சொன்னாலே போதும், வாங்கி கொடுத்துகிட்டே வருவான், போற வழி எல்லாம் சாப்பிட்டுக்கிட்டே போனோம்.

அன்று நானும் அவன் தங்கையும் என் ஹாஸ்டலில் தங்கினோம், அவள் தங்குவதற்கு முன்கூட்டியே ஹாஸ்டல் வார்டனிடம் பெர்மிஷன் வாங்கி வைத்திருந்தேன், எனவே என்னையும், அவன் தங்கையையும் ஹாஸ்டல் வாசலில் மனமின்றி விட்டுச் சென்றான்.

விஷ்வாவை பற்றி மும்மரமாக, அவன் சிறு வயதில் இருந்து செய்த குறும்பு, அவன் காதலால் பட்ட வலி, அம்மாவின் செல்ல பிள்ளையின் பாசத்தையும், அவளின் வருங்கால வழக்கை, நான் சிறுவயதில் செய்த சேட்டைகள் போன்று பல விஷயங்களை அன்று பேசினோம், நாங்கள் அன்று இரவு மூன்று மணி வரை பேசிக் கொண்டிருந்தோம். வாழ்க்கையின் திருப்பங்கள் ஓர் நாளில் நடைபெறும் என்பதை அன்று தெரிந்து கொண்டேன். என்மொபைலை திறக்கும் பொழுது விஷ்வாவிடம் இருந்து 245 மெசேஜ் என்று காண்மித்தது, நாங்கள் பேசிக்கொண்டிருந்த மும்மரத்தில் அதை கவனிக்கவில்லை.

***

அன்று விஷ்வாவின் தங்கை வினிதா என்னிடம் ரகசியமாக வந்து “அவங்க இன்றைக்கு இங்கு என்னை பார்க்க வர்றதா சொல்லிருக்காங்க, அண்ணா கிட்ட நீங்க தான் பேசி பெர்மிஷன் வாங்க வேண்டும்” என்று சொல்லி முகத்தை சிறு பிள்ளை போல் வைத்து கேட்டாள். விஷ்வாவிற்கு அவன் எப்படி வேண்டுமானாலும் இருக்கலாம், ஆனால் தங்கை என்று வரும் பொழுது அவன் அண்ணனாகவே பெரிதும் நடந்து கொள்வான்.

விஷ்வா எங்களை கூப்பிட ஹாஸ்டல் வாசலில் நின்றான். எங்களை பார்த்து சிரிச்சிட்டே ஹாரன் அடித்து, கை அசைத்து கூப்பிட்டு காரினுள் ஏற கண் அசைத்துப் போகலாமா என்று கேட்டான், நாங்கள் இருவரும் சென்று கார் உள்ளே ஏறி அமர்ந்தோம்.

ஹ்ம்ம்ம் போகலாம் என்று கூறி நாங்கள் இருவரும் ஒரு நிமிடம் பார்வையால் பேசிக்கொண்டோம். அவனிடம், ஆனா நம்ம போரப்போ உங்க வீட்டு மாப்பிள்ளையை பிக்கப்

***

பண்ணிக்கனும், நம்ம நாலு பேர் சேர்ந்து நல்லா ஆட்டம் போடலாம்னு சொன்னேன்.

நான் இதை சொன்னதும், அவன் அவனின் தங்கையை முறைத்த படி பார்த்துக் கொண்டிருந்தான். இது மீரா ஐடியானு சொல்லி என்னை பார்த்தாள் வினிதா, நானும் அவளை காப்பாற்ற "ஆமா விஷ்வா இதுல என்ன இருக்கு சும்மா இருடா"ன்னு சொல்லிட்டு அவன ஒரு வழியாக சம்மதிக்க வச்சுட்டேன். அவனோட தங்கச்சி என் கன்னத்தை கிள்ளிட்டு "ரொம்ப தாங்க்ஸ் அண்ணின்னு சொன்னாள்".

விஷ்வா அவனின் காரை டிரைவ் செய்யும் பொழுது நான், அவனுடன் அமர்ந்திருந்தேன், அவன் தங்கையும் புது மாப்பிள்ளையும் பின் அமர்ந்து, அவர்களின் ரொமான்ஸ் ரசிக்கும் படியாக இருந்தது, சிரிச்சிட்டே வந்தேன்.

வார்த்தைகளால் சொல்ல முடியாத ஒன்றை
மௌனங்கள் சுலபமாக சொல்லிவிடும்

அவனை அன்று நான் புதிதாக ரசித்தேன், என் மௌனத்தை அவனால் மட்டும் புரிந்து கொள்ள முடியும் என்பதை உணர்ந்த தருணம்.

அவனது கண்கள் சாலையை நோக்க, அவனது உதடுகள் பாட்டின் மெட்டின் ராகத்தை உச்சரிக்க, அவனது கை எந்த ஒரு களைப்பும் இன்றி மெதுவாக ஸ்டிரியங்கை தடவிய வண்ணம், அவன் என் அருகில் இருப்பதை மறந்து ரசித்தேன் என் இமைகளை சற்றும் இமைக்காமல்.என் கண்கள் அசையாமல் இருக்கும் வண்ணத்தில், திடீரென்று என் கைகள் காஷ்மீரில் இருக்கும் குளிரை உணர்ந்தது. எந்த ஒரு சலைப்பும் இன்றி என் கைகளை அவனுள் எடுத்துக்கொண்டு அவனின் உதடுகள் அசட்டுச் சிரிப்பு சிரித்த அந்த நிமிடத்தை

வருணிக்க இன்றும் வார்த்தைகளை தேடிக்கொண்டு இருக்கிறேன்.

ஷாப்பிங் செல்ல மாலிற்கு சென்று, அனைவரும் காரை விட்டு இறங்கினோம், அவன் என்னை அழைத்து "யார் பார்கிங்க்கு வருவா?" என்று கேட்டான். அவன் தங்கை எங்களை பார்த்து சிரித்துக் கொண்டே, நாங்கள் சாப்பிடும் இடத்தில் இருக்கிறோம், பார்க்கிங் ரொம்ப கூட்டமாக இருக்கும், அண்ணா! பொறுமையாக காரை விட்டுட்டு வா என்று கிண்டல் அடித்த வண்ணம் இருவரும் உள்ளே நகன்றனர்.

காதலிப்பவர்கள் ஏன் எதார்த்தத்தை மீறுகிறார்கள் என்று அன்று உணர்ந்தேன்

வாழ்க்கையில் முதல் முதலாக பார்க்கிங் ஏரியாவை அவனுடன் இருந்த நேரம் அழகாக்கியது. அவன் என் உள்ளங்கையில் கொடுத்த முதல் முத்தம் இன்றும் இருவருக்கும் முதலில் நினைவிற்கு வரும் ஒன்று. அவன் என் கையை பிடித்த பொழுது, பல வருடத்தின் காத்திருப்பு, காதல், அன்பு, அனைத்தையும் உணர்ந்தேன்.

அன்று அவனின் சிறுசிறு அசைவுகளை கண் இமைக்காமல் ரசித்தேன். அங்கு உள்ள கூட்டத்தை தாண்டுவதற்கு என்னை அவன் தோள்பிடித்து அழைத்துச் செல்லும் பொழுது, கர்வம் மிகுந்த பாதுகாப்பான நேசத்தை உணர்ந்தேன்.

என்னவனுக்கு பொது இடங்களில், எங்களை யாரும் குறை கூறாதவாறு கண்ணியமாக நடந்து கொள்ள வேண்டும் என்ற எண்ணம் பொருந்தியவன், கூட்டம் மிகுந்த இடங்களில் மற்றும் சாலைகளை கடக்கும் பொழுது மட்டுமே அவனின்

கைகள் என் தோள்களின் மீது படும், இதை அவன் காதலனாக ஓர் இரு இடங்களில் மீறி இருக்கிறான், ஆனால் கணவன் என்ற பொறுப்பிற்கு பின், அவன் அதை ஒரு போதும் மீறியது இல்லை, எனக்கு அவனிடம் பிடித்ததில் அதுவும் ஒன்று.

நாங்கள் நான்கு பேரும், முதல் முதலாக சென்ற இடங்கள் இன்றும் பசுமையாக நினைவில் இருக்கின்றது, நாங்கள் அடித்த அரட்டை, வாங்கிய முதல் மேட்சிங் டிரஸ், போட்டோ ஷூட், சாப்பாடு என்று எங்களின் நேரங்கள், நொடிகளாக ஓடின.

அன்றைய நாளை விட்டு வெளியே வர இருவருக்கும் மனதில்லை, என்னை ஹாஸ்டலில் விட்டு, விஷ்வா மற்றும் வினிதா இருவரும் பிரியமானதுடன் ஊருக்கு கிளம்பினார்கள். பிரெஷ் ஆனதும் கட்டிலில் அமர்ந்து, என் செல்ல மினியான் பொம்மையை கட்டிப் பிடித்து அவனுக்கு கால் செஞ்சேன், அவன் தங்கச்சி போன் எடுத்தாள் "அண்ணி, அண்ணா போன் கார்ல இருக்கு அவன் பக்கத்து, ஹோட்டல்ல போய், வாட்டர் பாட்டில் வாங்க போயிருக்கான்" என்று சொன்னாள்.

ஐந்து நிமிடங்கள் கழித்து மெசேஜ் சத்தத்தில் தெரிந்த வார்த்தைகள், "ஹாய் பொண்டாட்டி, உன்ன அங்க விட்டுட்டு கிளம்ப மனசே இல்ல, என் உயிரை உன் கிட்ட விட்டுட்டு வந்திருக்கேன், உன் கூடயே இருக்கணும்னு இருக்குதுடி, உன்ன ரொம்ப மிஸ் பண்றேன், மிஸ் யு பொண்டாட்டி" என்று அவன் அனுப்பிய மெசேஜ் இன்றும், அதை நான் வைத்திருக்கிறேன், அதை பார்த்து சிரித்த வண்ணம் அமர்ந்திருந்தேன்.

ஆனால் நான் அவனுக்கு பதிலளிக்க நேரமானதால், சாரி உனக்கு 'டி' போட்டு கூப்பிட்டா பிடிக்காதுன்னு மறந்துட்டேன்னு அனுப்பிருந்தான். அவனிடம் இருந்து

“பொண்டாட்டி” மற்றும் “டி” என்னும் இரு வார்த்தைகள் வருவதற்கு முன், அச்சொற்கள் மரியாதை குறைவாக இருப்பது போல் தோன்றியது உண்மை தான், ஆனால் அன்று என் முகத்தில் சலிப்பையும், கோபத்தையும் நான் பார்க்கவில்லை. அதற்கு எதிர்மாறாக சிரிப்பை கண்டேன். ***Love is Fantasy*** என்ற ஆங்கில வாக்கியத்தின் அர்த்தம் அறிந்தேன்.

காதலிக்கும் காலம் எப்பொழுதும் மனதிற்கு சுகமான தருணங்களை நிறைத்து வைக்கும். மாதங்கள் அனைத்தும் நிமிடங்களாக ஓடின அவனும் நானும் கழித்த தருணங்களில் நாங்கள் தொலைவினில் இருந்தாலும் காதலின் ஆழம் கூடின. அவன் போல் யாரும் என்னை புரிந்து கொள்ள முடியாது.

நான் அமைதியாய் இருந்தேன் என்றால் ஐந்து நிமிடத்தில் பூகம்பம் வெடிக்கப் போகிறது என்பதை புரிந்து கொள்வான், எனினும் அமைதியாக என்னை இருக்க விடமாட்டான் மற்றும் என் கோவத்தை எப்படி குறைப்பது என்பதை நன்கு அறிந்தவன்.

அவன் என்னை எதிர்பார்த்து காத்திருந்து பேசிக்கொண்டிருக்கும் தருணங்களில், அவனிடம் என் உச்ச கட்ட கோபத்தை மற்றும் எரிச்சல்களையும் காண்பித்தாலும் அவன் சலிக்காமல் வாங்கிக் கொள்வான். எனினும் அவன் என்மேல் கோபப்பட மாட்டான். என் அருகில் அமர்ந்து, கோபப்பட்டு முடிச்சிட்டியா? என் செல்ல பிள்ளைக்கு என்ன ஆச்சு, யாராவது ஏதாவது என் செல்லத்த காயப்படுத்துற மாதிரி பேசுனாங்களா? சொல்லுங்க செல்லம்னு என் கையை அவன் கைக்குள் வைத்துக் கேட்பான். அவன் கண்களை பார்க்கும் அந்த நிமிடம் என் கண்களில் இருந்து நீர் ஓடத் தொடங்கும். என் கைபிடித்து, என் முன் மண்டி போட்டு

அமர்ந்து, கண் பார்த்து அவன் ஆறுதல் சொல்லும் தருணம் அனைத்து கோபதாபங்களை மறக்கடிக்கும். பிரச்சனைகள் அனைத்தையும் கேட்டுவிட்டு, நான் சமாதானம் ஆன பின், என் மேல் ஏதேனும் தவறுகள் இருந்தால் அதனை பொறுமையாக எடுத்துரைப்பான்.

என் அழுகை அவனுக்கு சிறிதும் பிடிக்காத ஒன்று, என் உச்சகட்ட கோபம், அழுகை, எரிச்சல், சோகம் இவை அனைத்தையும் அவன் போல் புரிந்து கொள்ள எவராலும் முடியாது.

•••வினிதாவின் திருமண பண்டிகை•••

அவன் தங்கையின் கல்யாணத்திற்கு நானும் என் அம்மாவும் மூன்று நாட்களுக்கு முன் சென்றோம். என் அப்பா வேலையின் காரணமாக திருமண நாள் அன்று மட்டும் வந்து சென்றார். விஷ்வாவின் அம்மாவும் அப்பாவும் எங்களை நன்றாக கவனித்தனர். அவன் தங்கையின் சிரிப்பு அவள் முகத்தில் உள்ள பூரிப்பு இவை சேர்ந்து, அவள் வெட்கத்தை காட்டிக் கொடுத்தது.

***

விஷ்வா நிச்சயதார்த்தம் அன்றும் திருமணத்தின் போதும் நான் அணிந்திருக்கும் பட்டுப் புடவைக்கு நிகரான நிறத்தில் பட்டு வேஷ்டிசட்டை அணிந்திருந்தான். அவன் தங்கை அவனை பார்த்து "இது தங்கச்சி கல்யாணமா இல்லை அண்ணனோட கல்யாணமான்னு எனக்கும், இவருக்கும் சந்தேகமா இருக்குன்னு" சொன்னாள். அவன் என் மேல் வைத்த பார்வையை பலர் கவனித்தனர் என்பதை நான் சில மாதங்கள் கழித்து தான் புரிந்து கொண்டேன்.

அவன் தங்கையின் கல்யாணம் என்பதால் அவனுக்கு வேலை அதிகமாக இருந்தது. அன்று அவனுக்கு கொடுக்கப்பட்ட பொறுப்புகளை ரசித்துச் செய்தான், அவனுக்கு காய்ச்சல் என்பதை எவரிடமும் காமித்துக் கொள்ளமல் அனைவரிடமும் சிரித்தபடி வரவேற்று ஓடி ஆடி முன் நின்றான்.

அன்று காலை எட்டு மணிக்கு முகூர்த்தம், நான் அவன் தங்கைக்கு மேக்கப் டச்சப் பண்ணி விட்டு அமர்ந்திருந்தேன், விஷ்வா உள்ளே நுழைந்தான், அவன் கண்கள் என்னை நோக்கிய தருணம், புடவை கட்டி அவன் முன், முதல் முதலில் நின்ற தருணம், வெட்கம் எப்படி இருக்கும் என்ற உணர்வை நான் உணர்ந்தேன்.

என் அருகில் வந்து, "என் செல்ல பொண்டாட்டி, இந்த அழக இவ்ளோ நாள் எங்க ஒளிச்சி வச்சிருந்த? பேரழகுடி நீ என் கருவாச்சி, உலகத்தை உன் அழகுல என்ன ஒரு நிமிஷம் மறக்க வச்சிட்ட" என்று சொல்லி, அத்தைய சுத்தி போட சொல்லுன்னு சொன்னான். காரணங்கள் பல சொல்லி, பல முறை உள்ளே வருவதும் செல்வதுமாய் இருந்தான். அரைமணி நேரம் கழித்து அவன் என் அருகில் வந்து, அத்தைய சரின்னு சொல்ல சொல்லு, இந்த மேடையிலேயே

வச்சி நான் உன்ன கல்யாணம் பண்ணிக்கறேன்னு சொன்னான். நான் அத்தைட்ட கேட்க போறேன்னு சொல்லி விளையாட்டுத்தனமாக மிரட்டியபடி இருந்தான். என்னைவிட, என் அம்மாவை அவன் நன்றாக பார்த்துக் கொண்டான்.

அவன், அவள் தங்கையின் அழகை மணிக்கு ஒருமுறை வந்து ரசித்து விட்டுச் சென்றான். அவனின் அக்கா, மாமா, அத்தை, சித்தி, சித்தப்பா, அண்ணி, தம்பி, தங்கை, தாத்தா, பாட்டி, என்று அனைவரும் ஒரு பெரிய படையாக அரட்டை அடித்த வண்ணம் கல்யாண வேலைகளை விறுவிறுப்பாக பார்த்துக் கொண்டிருந்தனர், அன்று தான் விஷ்வாவின் சிறுசிறு அழகான குறும்புத்தனமான விஷயங்கள் தெரியவந்தன.

அவன் அத்தை உள்ளே நுழைந்து அவனிடம், “உன் தங்கச்சி கிளம்புறதுக்கு கூட அவ்ளோ நேரம் இல்லடா, நீ தான் அரை மணி நேரமா கண்ணாடி முன்னாடி ஒரு சீப்பு வச்சிட்டு நின்னுகிட்டு இருந்த, இப்போ என்னன்னு பார்த்தா உன் தங்கச்சி ரூம்ல வந்து அதே காரியத்த பண்ணிட்டு இருக்கன்னு கூறி கேலி செய்தார்.

அவன் சிரிச்சிக்கிட்டே, கல்யாணத்துல அழகான பொன்னுங்க நிறையா பேர், வந்திருக்காங்ன்னு கேள்வி பட்டேன் அத்தை, அதுக்கு அழகா இருக்கனும்லன்னு சொல்லி, என்னை பார்த்து அசட்டு சிரிப்பு சிரிச்சிட்டு ஓடிட்டான்.

அவன் அம்மா, கையில் தாம்பூலத் தட்டுடன் வந்து பின்னாடி நின்று நேரம் ஆயுடுச்சி மீரா, வெளில சொன்ன உடனே அவள கூட்டிட்டு வா, என்று கூறி விட்டு செல்லும் போது விஷ்வாவிடம், இன்னைக்கும் அரை மணி நேரம் கண்ணாடி முன்னாடி நின்றுக்க, அப்பா உன்ன

திட்டிட்டு இருக்காரு போய் என்னன்னு கேளு என்று கூறி அனுப்பிவைத்தார்.

அம்மா சென்றதும், அவன் கையில் மாப்பிள்ளைக்கு போட வேண்டிய மாலையை வைத்துக்கொண்டு பின் வந்து நின்று, "வாடா தங்கச்சி, நம்ம செல்ஃபி எடுக்கலான்னு" கூப்பிட்டான், அவன் தங்கச்சியுடன் ஒரு படம் எடுத்துவிட்டு, நீ எதுக்கு கேக்குறன்னு எனக்கு தெரியும்டா அண்ணா என்று சொல்லிவிட்டு, வா வந்து, மீரா கூட எடுத்துக்கோ செல்ஃபி இதுக்குதான நீ ஆசைப்பட்ட என்று கூறி சிரிச்சிட்டே நகர்ந்து கொண்டாள். நாங்கள் மூவரும் சேர்ந்து எடுத்தோம், பின் நாங்கள் இருவரும் எடுத்தோம், இந்த போட்டோ கண் பட்டுட போது அண்ணி, சுத்தி போடுங்கன்னு சொன்னாள்.

அவள் தங்கை மேடை ஏறினாள், அவள் கழுத்தில் தாலி போடும் தருணம் அவன் கண்களில் தண்ணீருடன் என்னைப் பார்த்து அன்பு கலந்த பாசத்துடன் சிரித்தான். அன்று அவன் கன்னத்தில் சிறிதாக குழி விழுந்தது, அவன் மனதில் இருந்து சந்தோஷமாக இருக்கிறான் என்று பொருள் அந்த குழியின் ஆழம்.

பிரிய மனமின்றி என்னை ரெயில்வே ஸ்டேஷனில் வந்து விட்டு. ரயில் கிளம்பி தூரம் செல்லும் வரை எனக்கு கை அசைத்துக் கொண்டிருந்தான்.

அவன் தங்கையின் கல்யாணம் இனிதே நிறைவேறியது.

***

அத்தியாயம் - 11

ரேஸிங் மேல் அவனின் காதல்

காத்திருப்பதின் வலி கொடுமையானது

எங்கள் காதல் சிறு சிறு சண்டைகள், மோதல்கள், பாசம், நேசம், அக்கறை போன்றவற்றை எடுத்துக்கொண்டு, அதனுடன் நாங்களும் நகன்றோம். விஷ்வாவின் இறுதி ஆண்டின் இறுதி நாட்கள், அவன் கேம்பஸில் தேர்வு பெற்றிருந்தான், ஆனால் அவனிற்கு அதில் செல்லும் இஷ்டம் துளி அளவும் இல்லை. என் முதுகலை ஆண்டின் முதல் வருடத்தின் முடிவு, அன்று இரவு என் அப்பா என்னை அழைத்துச் செல்ல வந்தார். பெட்டி, மெத்தை போன்ற அனைத்தையும் பேக் செய்து விட்டு கிளம்பினேன்.

மறுநாள் விஷ்வாவிற்கு பைக்ரேஸிங் போட்டி இருந்தது, அவன் படிப்பிற்கும் மற்றும் தன் உயிருக்கும் மேலாக நினைக்கும் ஒன்று ரேஸிங். அவன் வாழ்கை பாதையை பைக் ரேஸிங்கில் கொண்டு செல்ல வேண்டும் என்பதே அவன் எண்ணம். அவனின் தோழியாக இருக்கும் பொழுது ரேஸிங் வேண்டாம் என்று தோன்றும், அதே சமயம் அவன் அதற்காக எடுக்கும் பயிற்சி மற்றும் அக்கறை வியக்க வைக்கும். அவனின் காதலியாக மாறிய பின், பயம் மட்டுமே என் மனம் முழுவதும் நிறைந்து இருந்தது. அவன் என்னை எவ்வளவு சமாதானம் செய்தாலும் என்னால் ஏற்றுக் கொள்ள முடியாத ஒன்றாக இருந்தது.

இன்றும் அந்த பயத்தின் தடம் என்னை ஆழமாக சிந்திக்க வைக்கும் மற்றும் பயமுறுத்தும் ஒன்றாக இருக்கிறது.

அவன் ப்ராக்டிஸ் செல்கிறேன் என்று சொன்ன நேரத்தில் இருந்து நான் உயிரை என் கையில் பிடித்து அவனிடம்

***

இருந்து, முடிந்தது என்று கால் வரும் வரை ஹாஸ்டலில் எந்த ஒரு வேலையிலும் மனம் ஓடாமல், கடவுள் பெயரை சொல்லிக்கொண்டே அமர்ந்திருப்பேன், அவன் என் மனதில் உள்ள பயம் அறிந்து, ப்ராக்டிஸ் முடிந்ததும், முதல் கால் செய்து விடுவான், அவன் கால் வந்ததும் தான் நிம்மதியாக இருக்கும். அப்போட்டி அவன் வாழ்விற்கு முக்கியப் பகுதி என்று கூறுவான்.

நான் காதலியாக முதன் முறையாக ரேஸிங் போட்டியில், அவனை பார்க்க போகிறேன், அன்று இரவு எனது நேரம் பயணத்திலும், பயத்திலும் கரைந்தது. அவன் அன்று இரவு மெசேஜ் செய்து விட்டு வேகமாக தூங்கிவிட்டான், காலை போட்டிக்கு தூக்கம் மிகவும் முக்கியம் என்று தன்னை தயார் படுத்திக் கொண்டிருந்தான்.

மறுநாள், வினிதா என்னை போட்டி இடத்திற்கு அழைத்துச் செல்ல வந்தாள், என் அம்மாவிடம் சொல்லி விட்டு கிளம்பினோம். கோவிலுக்கு சென்று அவன் பெயரில் அர்ச்சனை செய்தோம், அன்று தேங்காயின் நிறம் மாறி இருந்ததை கண்டு, எங்கள் இருவரின் மனமும் மிகுந்த பயத்தில் ஆழ்ந்தது, வேறு ஒரு தேங்காய் வாங்கி சாமி முன் உடைத்து விட்டு, குழப்பம் நிறைந்த மனதுடன் ரேஸிங் நடக்கும் இடத்திற்குச் சென்றோம்.

அனைவரும் கோலாகலமாக ஆடிக்கொண்டு போட்டியை எதிர்பார்த்து இருந்தனர், மைதானம் நிறைந்து காணப்பட்டது. ஒவ்வொரு கல்லூரி மாணவர்களை உற்சாக படுத்த, அவர்களின் நண்பர்கள் குவிந்த வண்ணம் இருந்தனர். விஷ்வாவின் ஜெர்சி எண் 57, ஸ்டார்டிங் பாயிண்ட் அருகில் விஷ்வா ரேஸிங் உடையில் நின்று கொண்டு இருந்தான், அவன் எங்களை பார்த்து சிரித்து கை அசைத்தான். வினிதா

அவனை உற்சாகம் படுத்தும் வகையில் ஆல் தி பெஸ்ட் சொல்லி கை அசைத்தால், அவள் என்னை பார்த்து "கவலை படாதீங்க, ஏன் இவ்ளோ பயப்பிடுறிங்க அண்ணா வின் பண்ணிடுவான், அவனுக்கு இது ஒன்னு புதுசு இல்ல" என்று சொல்லி அவனுக்கு விஷ் பண்ண சொன்னாள், ஆனால் என் உதட்டின் போலி சிரிப்பை தெரிந்து கொண்டு, ஒன்றும் இல்லை என்று சொல்லும் வகையில் அங்கிருந்து கண்சிமிட்டி சொன்னான்.

போட்டி மைதானத்திற்கு, போட்டியின் நடுவர் மைதானத்தில் வந்து இன்று போட்டியாளர்கள் அனைவரையும், தங்கள் பைக்குடன் அழைத்தார். போட்டி தொடங்க ஐந்து நிமிடங்கள் இருந்தது, அச்சமயம் அந்த ஐந்து நிமிடத்தில் 10,000 முறை என் இதயம் அடித்தது. போலி துப்பாக்கி சூட்டின் (கன்ஷூட்) சத்தத்தில் தொடங்கியது பைக்கின் ஓட்டம், ஐந்து முறை அந்த பெரிய மைதானத்தை சுற்றி முதல் வரும் அந்த நபர்தான் வெற்றியாளர்.

***

ஒவ்வொரு சுற்றிலும் அவனின் ஜெர்ஸியை பார்த்ததும் தான் நிம்மதி வந்தது, மூன்று சுற்றுகள் முடிந்த நிலையில், அவன் முதல் இடத்தில் வந்து கொண்டிருந்தான், அவன் எடுத்து வரும் இடம் எனக்கு முக்கியமாக தெரியவில்லை.

இன்னும் இரண்டு சுற்றுகள் என்று எண்ணிய நிலையில், மூன்றாம் சுற்றை பல பைக்குகள் கோட்டை கடந்தன, அந்த நிமிடத்தில் என் ஹார்ட்-பீட் சத்தம் மட்டும் தான் என் காதில் கேட்டது, வினிதாவின் கைகளை என் கைகளால் கசக்கினேன். விஷ்வா கண்ணுக்கு எட்டிய தொலைவு வரை காணவில்லை, நாங்கள் இருவரும் என்ன ஆயிற்று அவனுக்கு, என்று யோசிப்பதற்கு முன், அங்கு மைதானத்தில் பதற்றம் நிலவியது, ஐம்பத்தியேழாம் வண்டி, விபத்துக்கு உள்ளானது என்ற அறிக்கையை கேட்டு, இருவரும் பதறி அடித்து, கண்களில் கண்ணீருடன் கீழ் இறங்கி ஓடினோம். நாங்கள் கீழ் போய் நின்றதும், அவனை இரண்டு பேர், ஸ்ட்ரெச்சரில் அவனை படுக்க வைத்து தூக்கிக் கொண்டு வந்ததை பார்த்ததும், உயிர் கையில் இல்லை, அவன் ஜெர்சி தாண்டி ரத்தம் வெளி வருவதை கண்டோம். அந்த நிமிடம் அவன் உடம்பிலிருந்து வரும் ரத்தப் பெருக்கை பார்த்ததும், என் உடம்பில் உள்ள ரத்தம் முழுமையாக உறைந்தது போல் இருந்தது, சட்டென்று ஆம்புலன்ஸில் அவனை ஏற்றினர், வினிதாவும் நானும் உடன் சென்றோம். ஒரு நொடியின் அருமையை, ஆம்புலன்ஸில் நம்மவரின் உயிர் போராடிக்கொண்டிருக்கும் பொழுது தான் உணர்வோம்.

***என் மேல் இருந்த அந்த ரத்தக் கறை,
என் மனம் துடைக்க மறுக்கின்ற ஒரு கறையாக
அமைந்தது***

***

அவனை அவசர சிகிச்சை அறைக்கு கூட்டிச் சென்றனர், அன்றிலிருந்து எவரேனும் ரத்தம் சிந்துவதை பார்த்தால் கிறு கிறுவென்று தலை சுற்றும் பழக்கம் என்னுடன் தொற்றியது. விஷ்வாவின் அப்பா, அம்மா, என் அப்பா, அம்மா, அவனின் தாத்தா மற்றும் பாட்டி அனைவரும் வெளியில் நின்று கொண்டிருந்தோம்.

டாக்டர் வெளியில் வந்து அவன் முதுகில் உள்ள எலும்பில் சிறு கீறல் இருந்தது அதை சரி செய்து விட்டோம் என்றும், ரத்தம் நிறைய வெளியேறி உள்ளது என்றும் கூறினார். அனைவரின் முகத்திலும் பயம் நிரம்பியது, பயப்பட ஒன்றும் இல்லை ஒரு வாரம் மட்டும் அவசர சிகிச்சை பார்வையில் இருக்கட்டும் என்று கூறி விட்டுச் சென்றார். இரண்டு மாதங்களுக்கு சிறிதும் எழுந்திரிக்காமல் ரெஸ்ட் எடுக்க வேண்டும் என்று கண்டிப்பாக டாக்டர் கூறியதாக அவனின் அப்பா வந்து கூறினார்.

என் வாழ்நாளில் நான் திரும்பிப் பார்க்க கூடாது என்று நினைக்கும் நாட்கள், அவனின் இந்த மருத்துவ நாட்கள், அழுவதற்கு கண்களில் கண்ணீர் மீதி இல்லாமல், கண் வறண்ட நாட்கள். அன்று இரவு என் அம்மா அப்பாவுடன் வீட்டிற்கு வந்து விட்டேன்,அன்று எனக்கென யாரும் இல்லாத இரவு போன்று மனம் துடித்தது, விடியும் வரை நகன்ற நிமிடங்கள், யுகங்களாக தெரிந்தன.

அன்று காலை, நான் குளித்து முடித்து, தலை துவட்டிக் கொண்டிருந்த பொழுது, அவன் தங்கச்சியின் கால் அடித்தது, சட்டென்று எடுத்தேன். அண்ணா கண் முழித்து விட்டான், நீங்க எப்போ வர்றிங்க உங்கள பாக்கணும்னு சொல்றான் என்று சொன்னாள், அவள் கால் வந்த, இருபது நிமிடத்தில் என் அம்மாவுடன் அங்கு இருந்தேன்.

***

...காத்திருப்பதின் வலி கொடுமையானது...

அவன் என் காதலின் சம்மதத்திற்காக ஒரு முழு ஆண்டு காத்திருந்ததற்கு ஈடாக, என்னை இப்படி ஒரு இக்கட்டான தருணத்தில் காக்க வைத்து விட்டான்

விஷ்வாவின் அம்மா என்னை அரைமணி நேரம் கழித்து உள்ளே அழைத்துச் சென்றார். அவனை சுற்றிலும் பல விதமான, கருவிகள், மருத்துவ இயந்திரங்கள், பிளட்-பாக்கெட்ஸ், அவன் உடம்பிலிருந்து செல்லும் மூன்று குழாய்கள் இவை அனைத்தும் என்மூச்சுக் குழாயை அடைத்தது. அவனை அந்த நிலைமையில் பார்த்ததும், என் கண்கள் இருண்டது அங்கேயே மயங்கி விழுந்து விட்டேன்.

ஒரு மணி நேரம் கழித்து ஓர் அறையில் கண் முழித்தேன். என் அம்மா, அவனின் அம்மாவும் தங்கையும் என் அருகில் அமர்ந்திருந்தனர், நான் முழித்ததும் அவன் அம்மா என்னை கிண்டல் அடித்து, இப்படிலாம் பலவீனமா இருக்க கூடாதுடான்னு சொன்னார், எனக்கு ஒன்னும் இல்ல ஆண்ட்டி, நா நல்லாத்தான் இருக்கேன்னு சொல்லி, அங்கிருந்து எழுந்து விஷ்வாவை, வினிதாவுடன் சென்று பாத்துட்டு வர்றேன்னு சொன்னேன்.

அவன் உன்ன திருப்பி வர வேண்டான்னு சொன்னான்டா, அவன் நார்மல் ரூம்க்கு வந்ததும், அவனை பார்க்கலாம் என்று அவன் அம்மா என்னிடம் கூறினார். என் அம்மா என்னிடம், அவன் நல்லா பேசுறான் மீரா, நாளைக்கு வந்து நம்ம அவனை பார்ப்போம், அவன் நார்மல் ரூம்க்கு வந்துடுவான்னு சொல்லி என்னை வீட்டிற்கு அழைத்து வந்து, ரெஸ்ட் எடுக்க வச்சிட்டாங்க.

***

என் மேல் அன்று எனக்கு கோவம் வந்தது, நான் மயங்கி விழாமல் இருந்திருந்தால், அவனுடன் நான் பேசி இருப்பேன். இரண்டு நாட்கள் முழுமையாக தூங்காமல் இருக்க முடியும் என்பதை அன்று அறிந்தேன், தூங்க முயன்றாலும், தூக்கம் என்னை ஏறெடுத்து கூட பார்க்கவில்லை. மீதி உள்ள இரண்டு நாட்கள் அவ்வப்போது அரைகுறையாக தூங்கி முழித்தேன்.

ஐந்து நாட்கள் கழித்து அவனை நார்மல் வார்டில் சென்று பார்த்தேன். அவனின் அம்மா அவனுக்கு கஞ்சி குடுத்துட்டு இருந்தாங்க, சுறுசுறு என்று இருக்கும் அவனை, அந்த நிலைமையில் பார்க்கும் பொழுது தானாக கண்ணீர் சொட்டியது. அன்றும், அவன் என்னை அவன் அம்மாவிடம், பாத்துமா மீராவை பிடிச்சிக்கோங்க, அப்போ மாதிரி விழுந்துற போறான்னு கிண்டல் அடித்தான். அவன் அம்மாவிடம் ஏதோ காரணம் கூறி, மெடிக்கல் ஷாப் வரை அனுப்பி வைத்தான், நானும் அவன் தங்கையும் உடன் இருந்தோம்.

அப்பொழுது தான் என் மனம் நிறைய இருந்த புலம்பல்களையும், கண்ணீரையும் அவனிடம் கொட்டி தீர்த்தேன், 15 நிமிடமும் மூச்சு விடாமல் பேசினேன், அதற்கு பொறுமையாக தலை அசைக்காமல் என்னை பார்த்துக் கொண்டு இருந்தான். நான் அழுவதை பார்த்து, அன்று அவன் என்னிடம், “என் பொண்டாட்டி இப்படி அழுகிறது எனக்கு பிடிக்கல, இனி உன் மேல சத்யமா ரேஸிங், போக மாட்டேன் சரியா” என்று என் தலை மேல் கை வைத்துச் சொன்னான். அவன் கூறிய அந்த வார்த்தைகள், அவனிற்கு அது கடினமான முடிவு என்று எனக்கும், அவன் உடன் இருந்தவர்களுக்கும் தெரியும்.

***

அவன் உயிருக்கு மேலாக யோசித்த ரேஸிங்கை, என் அழுகையை பார்க்க முடியாமல் அன்று விட்டுக் கொடுத்தான்

என் அம்மா அவன் குணமாக வேண்டும் என்று வெள்ளிக்கிழமை கோவிலுக்கு சென்று விளக்கு போட்டு வந்தார், என் அம்மாவிற்கு அவனின் குறும்புத்தனமும், அவன் காட்டும் பாசமும் மிகவும் பிடிக்கும். அவ்வப்போது சென்று அவனை பார்த்து வந்தேன், பத்து நாட்கள் கழித்து அவன் வீட்டிற்கு வந்தான். அவன் வீட்டிற்கு வாரம் ஒரு நாள்செல்வேன், அன்று அவனின் அம்மா அங்கு இல்லாதபோது கால்களுக்கு எண்ணெய் தேய்த்து விட்டு, மெதுவாக மசாஜ் செய்து விட்டு, அவனிற்கு சாப்பாடு ஊட்டி விட்டு, அரட்டை அடித்து பின் வீட்டிற்கு திரும்புவேன். அவனுடன் முழு நேரம் அருகில் இருந்து பார்த்துக் கொள்ள வேண்டும் என்று ஆசை என் மனதிற்கு அதிகமாக இருந்தது ஆனால் அது முடியாத காரியம் என்று என் அறிவு அறிவுரைத்தது, எனவே பார்த்துக் கொள்ள வேண்டிய விஷயங்களை கால் செய்து அவனை செய்யச் சொன்னேன்.

அவன் மெதுவாக குணம் அடைந்தான், கேம்பஸ் மூலம் தேர்வு பெற்றிருந்த பெங்களூரில் உள்ள ஒரு பெரிய கன்ஸ்ட்ரக்ஷ்ன் கம்பெனியில் சென்று சேர்ந்தான். முதல் மாத சம்பளம் 30,000ரூபாய், ஆறு மதத்திற்கு பின், செயல் திறன் பார்த்து கூடும் என்று அந்த கம்பெனியில் சொன்னதாக சொன்னான். நான் என் படிப்பிலும் அவன், அவனது வேலையிலும் பிஸியாக இருந்தோம்.

***

தூரமாக இருந்து உறவுகளை கட்டி காப்பது ஒரு தனி கலை, என்று சின்னச் சின்ன சண்டைகளுக்கு பின் இருவரும் அதை அறிந்து, புரிந்து கொண்டு நடந்தோம். அவனால் இரண்டு நாட்கள் தொடர்ந்து பேச முடியாமல் இருந்தாலும், அவனின் வேலை பளு அதிகம் என்று நான் என்னை சமாதானம் செய்த நாட்களும் இருந்தன. நான் கோவமாக இருந்தாலும் அவன் அதை தாங்கிக்கொண்டான், எனக்கு எக்ஸாம் பொழுது அவனிற்கு வேலை கம்மியாக இருந்தாலும் தொந்தரவு செய்யாமல் படிப்பதற்கு இடம் கொடுத்து என்னை புரிந்து கொள்வான், என் படிப்பு அவனுக்கு மிக முக்கியமான ஒன்று.

புயலுக்கு பின் அமைதி என்று கேள்வி பட்டிருக்கிறோம், ஆனால் எங்களின் புயலாகிய சண்டைக்கு பின் இருவரின் பாசத்தையும், காதலையும் உணர்ந்தோம்

பசங்களும், பொண்ணுங்களும் சேர்ந்து வெளியில் சென்றால், போக கூடாது என்று சொல்ல மாட்டான், ஆனால் இருட்டுவதற்குள் ஹாஸ்டலுள் இருக்க வேண்டும் என்று கண்டிப்பாக இருப்பான்.

அணியும் உடைகளில் ஒழுக்கம் இல்லை, ஒருவரின் மனதில் மட்டுமே ஒழுக்கம் உள்ளது என்று நினைக்கும் பெண் நான், இது அவனுக்கு நன்றாக தெரியும் ஆனால் அவனின் எண்ணம் சற்று மாறானது. உதாரணத்திற்கு நான் ஜீன் - டீஷர்ட் போட்டு தனியா வெளில போனா சுத்தமா அவனுக்கு பிடிக்காது, அதை அவன் பேச்சில் காமிக்க மாட்டான், அழகாக அவன் வார்த்தையை கோர்ப்பான் என்னிடம் சொல்வதற்கு, “இந்த ஷர்ட் இப்போ போடாத, என்னோடு வெளில வர்றப்போ போடு ரொம்ப அழகா இருக்கும் உனக்கு, இப்போ அந்த லாங்-

டாப் ஒன்னு வச்சிருக்க அதப்போட்டுட்டு போகலாம்ல"ன்னு சொல்லி, நம்ம முடியாதுன்னு சொல்லாத மாதிரி சொல்லி முடிப்பான்.

அவன் மொபைலின் பாஸ்வர்ட் என்னுடைய கை ரேகை இருக்கும், எப்பொழுது வேண்டுமானாலும் அதை திறக்கும் அதிகாரத்தை அவன் எனக்கு கொடுத்திருப்பான்.

ஹாஹா...... ஆனால் அவன் போன் என் கையில் இருக்கும்பொழுது அவன் என்னை விட்டு சிறு தொலைவும் நகரமாட்டான். ஆனால் அவன் என் மொபைலில் போட்டோ எடுப்பதற்கு தவிர்த்து, இந்த நாள் வரை அவன் வேறு எதற்கும் தொட்டது இல்லை.

சின்ன சின்ன விஷயத்துல நான், அவன் மேல பொசஸ்ஸிவ் ஆகி சண்டை போடுவேன், அவன் அதை சிரித்துக் கொண்டே என்னை பார்த்து, என் பொண்டாட்டி என்ன எவ்ளோ லவ் பண்ற, நான் குடுத்து வச்சவன்னு சொல்லுவான். ஆனால் அவனிடம் நான் சண்டை போட்டு, கடைசியில் அதிலும் அவன் தான் என்னை சமாதானம் செய்து, இறுதியில் பொறுமையாக எடுத்துக் கூறுவான். எங்கள் நடுவில் செல்ல சண்டைகளும், சீரியஸ் சண்டைகளும் நிறையவரும். ஒவ்வொரு சண்டையின் முடிவிலும் அவன் என் மேல் வைத்திருக்கும் காதல், நான் அவன் மேல் வைத்திருக்கும் காதல் அதிகரித்து கொண்டு தான் சென்றது.

ஒரு பெண் சிறு பிள்ளையாக தன் அப்பாவைத் தவிர, தனக்கு உரியவனிடம் உணர்ந்தால் அவள் மிகவும் பாக்கியசாலி என்று தான் நான் கூறுவேன், அந்த வகையில் நான் அதிர்ஷ்டம் அடைந்தவள்.

அவன் அளவிற்கு வேறு எவராலும் என்னை காதலிக்க முடியாது என்பதை தினம் தினம் உணர்த்துவான்.

***

என் கோபத்தை அவன் அருகில் இருந்து சரி செய்தான்,
என் துன்பங்களில் முன் நின்று காத்தான்,
என் சந்தோஷங்களில் பின் நின்று ரசித்தான்
என்னவன் அவன்.

அவன் என்னிடம், எதையேனும் மறைக்க வேண்டும் எனில், அவன் அறிவு அவனிடம் மறைத்து விடு என்று கூறினாலும், அவனின் மனசாட்சி என் நண்பன், எனவே அது அவனை காட்டிக் கொடுத்து விடும்.

ஒருவருக்காக நாம் ஏன் மாற வேண்டும் என்னும் எண்ணம் என்னிடம் உண்டு, ஆனால் அவன் என் மேல் வைத்த காதலின் பலனாக, என்னிடம் மாற்றத்தை உணர்ந்தேன். அவை அனைத்தும் என் மனம் ஏற்றுக் கொண்டு பிடித்த மாற்றமாகவே இருந்தது.

மாற்றம் ஒன்று தான் மாறாதது

***

<u>அத்தியாயம்</u> - 12

சொர்கத்தின் வாசல்

எங்கள் குடும்பம் இருவருக்கும் ஒரு சொர்க்கம்

குடும்பங்கள் தான் நாம் எவராக வளர்கிறோம் என்பதன் ஆணி வேர். இவர்கள் இல்லாமல் நாங்கள் இங்கு இந்த நிலையில் இல்லை, எங்களை வளர்த்ததில் இவர்களுக்கு முக்கிய பெரும்பங்கு உண்டு.

களைப்புடன் அப்பா வீடு வரும்போது, அப்பா என்ற குரல் நான் கொடுத்ததும், அவர் முகத்தில் மலர்ச்சியுடன் கூடிய புன்னகையை சட்டென்று சூடிக்கொள்வர்,எந்த சூழ்நிலையிலும் கடுஞ்சொல் இன்றுவரை என்னை நோக்கி விட்டது இல்லை, அவர் என் முகத்தில் சந்தோஷத்தை எப்பொழுதும் நான் வைத்திருக்க வேண்டும் என்ற ஒன்றை மட்டும் அவர் மனதில் ஆழமாக வைத்திருப்பார்.

என் அம்மா கண்டிப்பின் சிகரம், ஆனால் என் பசியில் அந்த கோபம் நிமிடத்தில் வீழ்ந்து விடும். நான் பிறந்ததில் இருந்து, அவளுக்கென்று அவள் வாழ்ந்து நான் பார்த்தது இல்லை. நாங்கள் இருவரும் மாமியார் மருமகள் போல் சண்டை போட்டுக்கொள்வோம், ஆனால் வெளியோர் எவரும் என் தாயிடம், என்னை பற்றி குறை கூறிட முடியாது.

அவனின் அப்பா அவனிடம் சிடு சிடுவென்று இருந்தாலும், அவனை முன் திட்டிவிட்டு, பின் சென்று, அவன் முன்னேற வேண்டும் என்ற எண்ணத்தில் கூறியதை எண்ணி, அவனை காயப்படுத்தி விட்டேன் என்று கண்ணீர் வடிப்பவர் அவர்.

அவனின் அம்மா, அவனின் இணைபிரியாத தோழி. அவன் அவனாக இருப்பதற்கு அவன் அம்மா தான் முக்கிய

***

காரணம்.அவனின் நலத்தை மட்டும் பார்த்து, ரசித்து, அவனுடன் சேர்ந்து அம்மா என்ற உறவை ரசித்து வாழ்பவள்.

அவனின் தங்கை, அவன் செய்யும் குற்றங்களில் பங்குதாரர். அவள் அவனை, அவன் வழி சென்று மாற்றுபவள், பொறுமையின் சிகரம், அவளும் பாசத்தில் அண்ணனுக்கு குறைந்தவள் இல்லை.

இந்த உறவுகளையும் எங்கள் காதலையும் சரிசமமாக யாரையும் புண் படுத்தாத அளவிற்கு கொண்டு செல்ல வேண்டிய தருணத்தில் இருந்தோம்.

என் படிப்பின் இறுதி ஆண்டின் முடிவிற்கு இரண்டு மாதங்கள் மட்டுமே இருந்த நிலையில், என் வீட்டில் தீவிரமாக பெண் பார்க்கும் படலம் விறு விறுப்பாக நகர்ந்தது. விஷ்வாவின் ரேஸிங் ஆக்சிடென்ட்டிற்கு பிறகு, அவன் வேலையில் அமர்ந்து ஏழு மதங்கள் ஆகி இருந்தன. அவனது வேலையில் இப்பொழுது தான் அமர்ந்திருக்கிறான் என்று அவனை அவசர படுத்தக் கூடாது என்ற எண்ணமும், வீட்டின் நிலைமையை யோசித்து பயமும், அவனிடம் எப்படி இதை சொல்ல என்றும் என் மனம் யோசித்துக் கொண்டு இருந்தது.

அன்று இரவு கால் செய்தான், நான் பேசுவதை வைத்து கண்டுபிடித்தான், ஏதோ ஒன்று யோசித்துக் கொண்டிருக்கிறேன் என்று, “என் செல்லப்பிள்ளைக்கு என்ன ஆச்சு?, ஏதோ குழப்பத்துல இருக்க, சொன்னாதான் தெரியும், அப்போதான் என்னால என்ன செய்ய முடியும்ன்னு யோசிக்கலாம்” என்று சொன்னான்.

அவனிடம் தயக்கத்துடன் வீட்டில் பேசிக்கொண்டதை கூறினேன்.

***

எந்த ஒரு சஞ்சலமும் இன்றி “மீரா, உங்க அம்மா அப்பா அவுங்க கடமையை சரியான நேரத்துல தான் செய்றாங்க, இதுக்கு போய் ஏன் இப்படி குழம்பி போய் ஒக்காந்திருக்க”ன்னு ரொம்ப சாதாரணமா கேட்டான். அவனின் இந்த நிதானமான பேச்சு என்னை மேலும் குழப்பத்தில் ஆழ்த்தியது. அவன் என்னிடம் “நீ எதுக்கும் கவலை படாத, என் செல்லக்குட்டி! இந்த விஷயத்தை நான் பாத்துக்குறேன், என் கிட்ட சொலிட்டில கவலை முடிஞ்சதுன்னு நெனச்சிக்கோ” என்று கூறிய வார்த்தை, நான் மிக பாதுகாப்பாக இருப்பதை போல் உணர்ந்தேன்.

என்னிடம் பேசிய பின், அவன் அவனது அப்பாவிற்கு கால் செய்தான். அவன் வீட்டில் உள்ளவர்களுக்கு காதல் திருமணம் என்பது இருமனதின் பந்தம் என்று எண்ணி ஏற்றுக் கொள்ளும் பக்குவம் உடையவர்கள். மறுபக்கம் என் அப்பா, பல விதத்தில் எனக்கு சுதந்திரம் தந்து இருந்தார், ஆனால் திருமணம் என்று வரும்பொழுது அது அவரின் உரிமை, அதை நான் ஒரு போதும் மறுத்ததும் இல்லை, எனவே விஷ்வாவிற்கு தெரியும், என் அப்பாவின் உணர்ச்சிக்கு நான் முக்கியப் பங்கு குடுப்பேன் என்று, எனவே பக்குவமாக அவன் அப்பாவிடம் எடுத்துக் கூறி, என் அப்பாவிடம் பேச வைத்தான்.

எங்கள் காதலில் இரண்டு வீட்டாருக்கும் இருக்கும் ஒரே ஒரு பிரச்சனை, நான் அவனுடன் ஒரு வருடம் மூத்தவள் என்பது தான். அவன் அதை எடுத்துச் சென்ற தோரணை அழகாக இருந்தது.

அவன் வீட்டில் அவன் அப்பாவிற்கு என்னை மிகவும் பிடித்திருந்தது, அவனின் அம்மாவிற்கு பையனின் மேல்

***

அதீத பாசம், அவன் எதையும் அவர்களிடம் மறைக்காத காரணத்தினால், இதை முதல் முறையாக மறைத்து விட்டான் என்ற கோபம், அவர் அவனிடம் பேசாமல் இருந்தார், நாங்கள் சேர்வதில் அவனது தங்கையை போல் சந்தோஷப் பட்டவர்கள் எவரும் இல்லை.

காலேஜில் இறுதி நாள், அன்று என் அப்பாவும் அம்மாவும் என்னை அங்கிருந்து, ஹாஸ்டலை காலி செய்து, அழைத்துச் செல்ல வந்தனர். என் அம்மா என் ரூமிற்கு வந்து, விஷ்வாவின் அப்பா என்னை, விஷ்வாவிற்கு பெண் கேட்டுச் சென்ற விஷயத்தை, என்னிடம் கூறினார், என் அம்மா அதை என்னிடம் சொல்லும்பொழுது, நல்ல குடும்பம், தங்கமான பையன் ஆனா அப்பாக்கு தான் உங்க ரெண்டு பேரோட வயசு வித்யாசத்தை யோசிக்கிறாங்கன்னு சொல்லிட்டு, என்னை பார்த்து, நீ அவன லவ் பன்றியா மீரா? எதுனாலும் என் கிட்ட சொல்லு, அப்பா கிட்ட பேசுற விதத்துல நான் பேசுறேன்னு சொன்னாங்க. என்னை பொறுத்த வரை, எங்க அப்பா கிட்ட, என்ன பத்தி வேற யாராவது சொல்றத விட, நானே அவர் கிட்ட சொல்லித்தான் பழக்கம். அப்பா கிட்ட நான் பேசுனா தான்மா சரியா வரும்ன்னு சொல்லி, அங்கிருந்து கிளம்பினோம்.

நானும் அப்பாவும் அட்மினிஸ்ட்ரேட்டிவ் பிளாக் வரை சென்று, ஹாஸ்டெலின் விதிமுறைகளை முடிக்கச் சென்றோம். அன்று நான் யோசித்ததை சுலபம் ஆக்க, அவரே என்னிடம் ஆரம்பித்தார், விஷ்வாவின் அப்பா அவரிடம் பேசியதையும், அவர் அதை யோசித்துக் கொண்டிருப்பதையும் என்னிடம் பகிர்ந்தார். என் அப்பாவிடம் இதுவரை நான் எதையும் மறைத்தது இல்லை, என் மனதில் இருக்கும் குற்ற உணர்ச்சியை அன்று, உடைக்க முயன்றேன்.

***

•••அப்பாவிடம் என் மனம் திறத்தல்•••

அப்பா உங்க கிட்ட இதை பத்தி நான் பேசனும்ன்னு நினைச்சேன், விஷ்வாவோட அப்பா உங்க கிட்ட பேசுனது எனக்கு தெரியும், என்னோட லைப்ல நீங்க எனக்கு நிறைய விஷயத்துல சுதந்திரம் குடுத்திருக்கிங்க, அதை நான் தப்பா யூஸ் செஞ்சது இல்லப்பா, விஷ்வா விஷயத்துல, நான் உங்க கிட்ட வித்யாசமா நடந்துக்கிட்டேன். அதை நான் சரின்னு சொல்ல வரல, அவன் நல்ல பையன், என்னை அக்கறையாவும், பாதுகாப்பாவும் பாத்துக்குறான், உங்கள இந்த விஷயத்துல நான் கட்டாய படுத்தலப்பா, உங்கள

விட யாரும் எனக்கு நல்லது யோசிக்க முடியாது, சாரி அப்பா, உங்க பொண்ணுப்பா நான், உங்க இஷ்டப்படி தான் நடப்பேன், ஆனா சொல்ல தெரியலப்பா எனக்கு, அவன் கூட இருந்தா சந்தோசமா இருப்பேன்னு நினைக்கிறேன், உங்க் பொண்ணா உங்க கூடயே இருந்துக்கிறேன், உங்கள நான் கஷ்ட படுத்தணும்னு இத சொல்லல என்று தட்டுத் தடுமாறி சொல்லி முடித்து என் அப்பாவின் முகம் பார்த்தேன்.

அவர் பொறுமையாக என்னிடம், "உன் மனசுல இருக்கிறத அப்பா கிட்ட சொல்லிட்டில, அப்பா யோசிக்கிறதுக்கு ஒரு வாரம் குடுடா, யோசிச்சி சொல்றேன், அதுவரை இதை பத்தி பேச வேண்டாம்"ன்னு சொல்லி, என் தோள் மேல் கை போட்டு, விடுடா கவலைப்படாத அப்பா பாத்துக்குறேன்னு சொன்னதும், அவர் மேல சாஞ்சி அழுதுட்டேன்.

என் அப்பாவும், விஷ்வாவும் நான் கவலை படக் கூடாது என்பதற்காக, "நான் பாத்துக்கறேன்" என்ற வார்த்தையை இருவருமே என்னிடம் சொல்லி உரையாடலை முடித்தனர்.

படிப்பு முடித்து வீட்டிற்கு வந்தேன், ஒரு வாரம் என் பேச்சு கம்மியாக வீட்டில் கேட்டது, என் அம்மாவும், அப்பாவும் எப்பவும் போல என்னுடன் இருந்தனர், ஆனால் எனக்கு தான் அப்படி அவர்களிடம் இருக்க வரவில்லை. என் அப்பா என்னிடம் கேட்ட ஒரு வாரம் முடிந்தது, அதை அன்று நான் கூட மறந்துவிட்டேன், என் அம்மா என்னிடம் வந்து, இப்படி எவ்ளோ நாள் தான் மூஞ்ச தூக்கிக்கிட்டே இருப்ப, கொஞ்சமாது சிரிடி, இன்னைக்கு, உங்க அப்பா கிட்ட விஷ்வாவோட அப்பா பேசுறேன்னு சொல்லிருக்காங்கன்னு சொல்லி முடிச்சாங்க, இதை கேட்டதும் பதற்றம் இன்னும் கூடியது.

***

விஷ்வா தினமும் என்னை சமாதானம் செய்வதையே வேலையாக வைத்திருந்தான். அவனுடன் நான் இருக்கும் பொழுது என் வாய்க்கு ஒய்வு கொடுக்காமல் பேசிக்கொண்டே இருப்பேன் சிறிதும் முகம் சலிக்காமல் கேட்பான், பிரச்சனை என்று வந்தால் இன்னும் பொலம்புவேன் என்று நன்றாக அறிந்து வைத்திருந்தான். அவனின் பதட்டத்தையோ, மன அழுத்தத்தையோ என்னிடம் காண்மிக்காமல், அவனின் வேலை பளுவின் இடையில் எனக்கென அவனின் நேரத்தை சமமாக ஒதுக்கினான்.

நண்பனாக இருக்கும் பொழுதே அவனின் அக்கறைக்கு குறைவேதும் கிடையாது, காதலனாக இருக்கும் பட்சத்தில் அக்கறையுடன் கூடிய பொறுப்பும், பொறுமையும் சேர்ந்தது.

***

அத்தியாயம் - 13

ஜென்மாந்திர காதலின் வெற்றி

ஜென்மத்தின் காத்திருப்பு நிறைவேறும் தருணங்கள்

மாலை நேரம், சாமி அறையில் விளக்கு ஏற்றுக் கொண்டிருந்த என் செவியில், எங்கள் வீட்டுக் காலிங் பெல் சத்தம் கேட்டது. வீட்டிற்கு விருந்தினர் யாராவது வந்தா, நான் சென்று அவர்களிடம் ஐந்து நிமிடமாவது வந்து பேசிக்கொண்டு செல்ல வேண்டும் என்பது எங்க வீட்டின் ஒரு பழக்கம். யார் என்று பாக்கச் சென்றேன், அந்த நிமிடம் என் ஹார்ட் மணிக்கு பத்தாயிரம் முறை அடித்தவாறு உணர்ந்தேன், விஷ்வாவின் அப்பாவும், என் அப்பாவும் ஹாலில் அமர்ந்து டீ குடித்த படி பேசிக் கொண்டிருந்தனர். வாங்க அங்கிள் எப்படி இருக்கீங்கன்னு கேட்டுட்டு அமைதியா இருந்தேன்.

அங்க போனதுக்கு அப்புறம் தான் தெரிஞ்சது எங்க அப்பா தான், பேசுறதுக்கு விஷ்வாவோட அப்பாவை கூப்பிட்டு இருக்காங்கன்னு. ரெண்டு பேரும் பேச வந்ததை விட்டுட்டு, அரசியல் மற்றும் வியாபாரம் என்று ஊர்க் கதையை அரைமணிநேரமாக பேசிக்கொண்டு இருந்தனர்.

விஷ்வாவின் அப்பா பிள்ளையார் சுழி போட்டுத் தொடங்கினர், எங்க வீட்ல எல்லாருக்கும் மீராவை ரொம்ப பிடிச்சி இருக்கு, தங்கமான பொண்ணு, நாங்க நல்லா பாத்துக்குவோம். நீங்க என்ன அண்ணாச்சி யோசிக்கிறீங்க? ரெண்டு பேரும் நல்ல பிள்ளைங்க, ரெண்டு பேருக்கும் வயசு வித்யாசத்தை தான் நீங்க யோசிக்கிறீங்கன்னு தெரியுது அண்ணே, ரெண்டு பேரும் ஒன்னா சேர்ந்தா, நல்லா சந்தோஷமா இருப்பாங்கன்னு தோனுதுன்னு,

***

சொல்லி கையில் வைத்திருந்த டீயை குடித்து முடித்து கீழேவைத்தார்.

எங்க அப்பா எங்க அம்மாவையும், என்னையும் பார்த்தார், பின் விஷ்வாவின் அப்பாவிடம் பேச ஆரம்பித்தார், என்னோட பொண்ணு இந்த ஒரு வாரமா, அமைதியாவே வீட்ல இருக்கா, நாங்க பேசுனா தான் பேசுறா, அப்படி அவளை பாக்குறதுக்கு எங்க ரெண்டு பேருக்கும் மனசு ரொம்ப கஷ்டமா இருக்கு, பிள்ளையோட சந்தோஷம் தான் எனக்கும் முக்கியம், இந்த காலத்துப் பிள்ளைங்க மாதிரி ரெண்டு பேரும் இல்லாம, அவுங்க ரெண்டு பேருக்கும் பிடிச்சி இருந்தாலும், நம்ம கிட்ட வந்து தான் நிக்கிறாங்க அதுவே அவுங்களுக்கு நம்ம மேல உள்ள பாசம்னு புரியுது.

உங்க பையன பத்தி எங்களுக்கு நல்லா தெரியும், நல்லா பாசமான பையன், ரொம்ப நல்லா பொறுப்பான பையன்னு, என் பொண்டாட்டி வேற ரெண்டு நாளா பெருமை பாடிட்டு இருக்கா, எங்களுக்கும் ரொம்ப புடிச்சி இருக்கு அண்ணாச்சி, இத சொல்றதுக்கு தான் உங்கள நேர்ல பாக்கனும்னு சொன்னோம்னு என் அப்பா சிரிச்சிகிட்டே விஷ்வாவின் அப்பாவிடம் கூறினார்.

இதை கேட்டதும் என் கையை நான் ஆயிரம் தடவை கிள்ளியிருப்பேன், ஆனாலும் இது என் வாழ்க்கையில் நடக்கிறது என்பதை என்னால் நம்ப முடிய வில்லை.

என் அப்பாவை சென்று கட்டி அனைத்து, என் உதட்டில் சிரிப்புடன், என் கண்களில் இருந்து வந்த கண்ணீர் இரண்டும் என் மனதின் பதிலை வழங்கியது. என்னை பார்த்து என் அப்பா ,அழுகாதடா குட்டிமா, உன்னோட சிரிப்பு தான்டா எனக்கு முக்கியம்ன்னு சொல்லி என்னை தட்டிக் கொடுத்தார். எங்க அம்மா கிட்ட மனம் நிறைய சந்தோஷத்தோட, நின்னேன்,

அவுங்க சிரிச்சிகிட்டே, சந்தோஷமா என் பிள்ளை இருந்தா எங்களுக்கு அதுவே போதும்ன்னு கூறினார்.

ரொம்ப சந்தோஷம் அண்ணாச்சி, எல்லாமே நல்லபடியா நடக்குது, நீங்களும் சரி சொல்லிட்டீங்கன்னு இவனுக்கும், எங்க வீட்ல இருக்கிறவுங்களுக்கும் தெரிஞ்சா ரொம்ப சந்தோஷப் படுவாங்கன்னு சொல்லிட்டு எங்க அப்பாவும் விஷ்வாவின், அப்பாவும் கட்டித் தழுவிக் கொண்டனர். பெரியவர்களிடம் பேசி, நல்ல நாள் ஒன்று பார்த்து முறைப் படி, பொண்ணு கேட்டு வர்றோம், இப்போ நான் கிளம்புறேன்னு சொல்லி விஷ்வாவின் அப்பா எங்க கிட்ட சொல்லிட்டு கிளம்பினார்.

என் அப்பா என்னை பார்த்து, இப்போ ஹாப்பியா என் செல்ல பிள்ளைன்னு, சொல்லி தட்டிக் கொடுத்தார், நீ அந்த பையனுக்கு சப்போர்ட் பண்றியோ இல்லையோ, ரெண்டு நாளா உங்க அம்மா என் கிட்ட அந்த பையன பத்தி மட்டும் தான் பேசுனா, என்று கூறினார்.

***

ஓர் வீட்டில், ஆண் மகனின் முடிவே இறுதியனதாக இருந்தாலும், மறைமுகமாக பெண்ணின் ஆதிக்கமே அந்த முடிவில் இருக்கும் என்பதின் பொறிதட்டிய தருணம்

விஷ்வாவின் கால் வந்தது, அவனது போன் காலை அட்டென்ட் செய்ததும், என் பொண்டாட்டிக்கு, இப்போ சந்தோஷமா? என்று முதல் பேச்சாக சந்தோஷம் நிறைந்து அவன் குரல் கேட்டது. இதுக்கு போய் என் செல்லக் குட்டிக்கு இவ்ளோ பயம், இவ்ளோ அழுகை இந்த ஒருவாரம், என் கிட்ட ஒழுங்கா கூட பேசல ஒரு வழியா என்ன பாடா படுத்தி, என் உயிர் மிச்சம் இருக்கிறதே ஏதோ உன் புண்ணியம்தான்னு சொல்லி கிண்டல் செய்தான்.

இரண்டு நாட்கள் கழித்து நல்ல நாள்பார்த்து, வெள்ளிக் கிழமை அன்று காலை 10மணிக்கு, நெருங்கிய சொந்தக்காரர்களுக்கு மட்டும்சொல்லி சிவன் கோவிலில் பூச்சூடும் விழா, முடிவு செய்தனர். வெகு வேகமாக இரண்டு பேர் வீட்டிலும் ஏற்பாடுகள் சூடு பிடித்தது. குறைவான கால அவகாசத்தினால் நெருங்கிய சொந்தக்காரர்கள் வீட்டிற்கு பெரியம்மா, பெரியப்பா, சித்தப்பா, சித்தி என்று அனைவரும் பிரிந்து சென்று ஆள் சொல்லிக் கொண்டு இருந்தனர். அப்பா, அம்மா இருவரும் எனது நெருங்கிய வட்டார பிரண்ட்ஸ் வீட்டிற்கு மட்டும் சென்று அழைத்தனர். எங்களது திருமண வேலையில் முதல் படி, எங்களின் வீட்டார்களுடன் சேர்ந்து எடுத்து வைக்கிறோம் என்று எங்கள் இருவருக்கும், அன்று நம்ப முடியவில்லை.

நிச்சயதார்த்தம் கண்மூடி திறப்பதற்குள் சட்டென்று வந்தது, அன்று தான் இரு வீட்டாரும், பேசி உரையாடி கல்யாணத் தேதியை குறித்தனர். நிச்சயம் முடிந்து நான்கு

மாதங்களுக்கு பின் எங்களின் திருமணம் என்று உறுதி ஆனது. அன்று அவனின் அம்மா, தங்கையிடம், பார்த்து பேசிய அளவுக்கு கூட, என்னால் விஷ்வாவை பார்க்கவோ அல்லது பேசவோ முடியவில்லை.

அவனின் அம்மா என் அருகில் அமர்ந்து விஷ்வாவை பற்றி கதைகள் பல கூறினார், அவர் என்னிடம் வந்து, உன் கிட்ட எதுவுமே சொல்ல கூடாதுன்னு சொல்லித்தான் கூட்டிட்டு வந்தான், ஆனாலும் சொல்ல வேண்டியது என் கடமை, "எனக்கு நீயும் ஒரு பொண்ணு மாதிரி தான், உங்க வீட்டுல இவ்ளோ நாள் எப்படி இருந்தியோ அப்படியே இங்க வந்தும் இருந்துக்கோ, அவனை மட்டும் நீ நல்லா பார்த்துக்கிட்டா அதுவே போதும் என்று சொல்லி,என் பதிலை எதிர் பார்த்தார்.

நீங்க கவலை படாதீங்க ஆண்ட்டி அவனை நா நல்லா பாத்துக்குவேன்னு சொன்னேன்.

அதை சொன்னதும் என்னிடம் ஒரு தயக்கத்துடன், "கொஞ்சம் கொஞ்சமா நீ அவனை, மரியாதையா கூப்பிட பழகிக்கோடா" என்று மெல்லிய குரலில், அருகில் உள்ளவர்களுக்கு கூட கேட்காத வகையில் சொல்லி, இதை அவனிடம் சொல்லிடாத, என்னை திட்டுவான்னு சொல்லி முடித்தார். நல்ல படியாக, கடவுளின் சாட்சியாக எங்களின் நிச்சயதார்த்தம் இனிதே நிறைவேறியது.

***

நிச்சயம் முதல் திருமணம் வரை இருக்கும் பயணம், என்றும் மறக்க முடியாத தருணங்கள் பல தருவதற்கு காத்துக் கொண்டு இருக்கும். ஒரு பெண் அந்த தருணங்களில் அதிகமாக வெட்கப் படுவதினாலோ என்னவோ, அனைவரின் கண்களுக்கும் அவள் அழகாக காட்சி அளிக்கிறாள், அதுவே ஒரு பெண்ணுக்கு கல்யாணக் களை வந்து விட்டது என்று அனைவரும் கூறுவதன் காரணமாக கூட இருக்கலாம்.

நிச்சயம் பண்ண பெண்ணை வெளியே விட மாட்டார்கள் என்ற தடை இருப்பதினாலோ என்னவோ, வெளியே செல்ல வேண்டும் என்னும் எண்ணம் அதிகமாக வரும் நாட்கள்.

ஒரு படையே திரண்டு படம் பார்க்கச் செல்லலாம் என்று எனது அம்மாவின் அம்மா (ஆச்சி) வீட்டில், அனைவரும் முடிவு எடுத்தனர். நான் படத்திற்கு செல்கிறேன் என்பதை மட்டும் தான் விஷ்வாவிடம் கூறினேன், அவனை எங்களுடன் தேட்டருக்கு வரச் சொல்லவில்லை, ஆனால் அதை அன்று யாரும் நம்பவில்லை, ஏனென்றால் அவனின் நண்பர்களுடன் படத்திற்கு வந்திருந்தான், அதை அறிந்த எனது வானரபட்டாளங்கள், அனைவரும் சேர்ந்து என்னை கலாய்த்து மானத்தை வாங்கினார்கள், இறுதியில் எங்கள் இருவரையும், இண்டெர்வலுக்குப்பின், ஒன்றாக அமர்ந்து படம் பார்க்க வழி செய்து கொடுத்தனர், அதற்கு கைமாறாக வீட்டிற்கு வரும்பொழுது, அவர்களுக்கு ஐஸ் கிரீம் வாங்கி கொடுத்து அழைத்து வந்தேன்.

பாதி நாட்கள் கனவு உலகத்திலும், கையில் மொபைலுடனும் மற்றும் மீதி உள்ள நாட்கள் திருமண பர்சேஸ் செயதும் வெகு வேகமாக நகன்றது.

***

கல்யாணப் பட்டு எடுப்பதற்கு அவன் அம்மா என்னை வர்றியாப்பான்னு கேட்டாங்க, ஆனால் எனக்கென்று வாய்க்கப்போகும் ஒரு ஜீவன், நீ எல்லாம் வர வேண்டாம் விட்டிலயே இரு, நாங்களே போய் எடுத்துட்டு வந்துடுறோம் என்று சொல்லி என்னை அழைத்துச் செல்ல வேண்டாம் என்று அவன் அம்மாவிடம் சொல்லி, கல்யாணத்தப்போ நீ அதை பாத்துக்கோன்னு சொல்லிச் சென்றான்.

விஷ்வாவிற்கு தாலி முறுக்குச் செய்யினில் போட்டால் தான் பிடிக்கும் என்று பல நாட்கள் என்னிடம் சொல்லியது உண்டு, ஆனால் அதை நான் காது கொடுத்து என்றும் கேட்டது இல்லை. எனக்கு வேகமாக ஒருநாள் கால் செய்தான், இங்க பாரு செல்லக்குட்டி, உன் புருஷனுக்காக தான் நீ தாலி போடுற, அதனால அதை மட்டும் எனக்கு பிடிச்ச மாதிரி போட்டுக்கோ என்று சொன்னதும் காலும் தலையும் புரியாமல் முழித்தேன். எனவே அதை தொடர்ந்து கூறினான், இப்போ எங்க அம்மா உனக்கு கால் பண்ணுவாங்க, முறுக்குச்செயின் மாடல், உனக்கு பிடிச்சி இருக்குன்னு அவுங்க கிட்ட சொல்லிடு என்று கூறினான்.

ஏன்டா அப்படி சொல்லணும்ன்னு கேட்டதும் என்னை ஐஸ் வைத்து மழுப்பினான்.

நீ தான் தாலி போட போற, அதுனால அந்த தாலிச்செயின் மாடல், உனக்கு பிடிச்ச மாதிரிதான் மீரா இருக்கணும்ன்னு எங்க அம்மா என் கிட்ட சொல்லிட்டாங்க, என்று சொல்லி அவனின் ஆசையை அவன் அம்மாவிடம் எனக்கு பிடித்ததாகசொல்லச் செய்தவன் இவன் ஒருவனே ஆவான்.

***

எங்கள் இருவரின் தூங்கும் நேரங்கள் மாறியது. சிறுபொழுது வெகு வேகமாக இருவரும் 10 மணிக்கு எல்லாம் தூங்கச் சென்றோம் ஆனால் பல பொழுதுகள், சேவல் கூவும் சத்தமும், நாங்கள் குட் நைட் சொல்லும் நேரமும் ஒன்றாக இருக்கும், என்ன பேசுவோம் என்று கேட்டால், சிறிதளவும் புரியாத ஒன்றாக இருக்கும். எங்களின் குறுகிய கால பிரிவுகளின் ஏக்கங்களை, எங்களது மொபைல் மூலமாக சரி செய்து, எங்களது திருமண நாட்களை எண்ணி, மீதி இருந்த நாட்களில் கடைசி நாள் வரை, நான் மேக்கப் ஐட்டம்ஸ் வாங்கிக் கொண்டு தான் இருந்தேன். கையில் மருதாணி இட்டு, அவனின் பெயரை அதில் எழுதி அந்த நாளை நோக்கி நகன்றேன்.

***

அத்தியாயம் - 14

அவனின் நான்

மணநாள் - என்மன்னவனை என்னவனாக
அடைந்தநாள்

பரபரப்பாக திருமணவேலை, திருமண பர்ச்சேஸ் என்று சொல்லி சொல்லி, ஆவலுடன் எதிர்பார்த்த நாள் வந்தது. எதிர்பார்த்த அந்த நாள், அனைத்து பெண்களுக்கும், தன் வாழ்நாளில் மறக்க முடியாத நாளாக திருமணநாள் அமைவது தான், பெண்கள் மனதில் கனவுகளுடனும், சிறிய பயத்துடனும் நகரும் அந்த நாளில் என் மனம் காலடி எடுத்து வைத்தது.

ஆசைகள் பற்பல மனதில் மனதில் கொண்டு,
குழப்பங்கள் பல மனதில் கொண்டு,
அலைபாயும் எண்ணங்கள் அதே மனதில் கொண்டு,
அந்த மனதை துணையாக கொண்டு
மனம் நிறைந்து அடி எடுத்து வைத்த நாள்

என்னவனை அடையும் தருணம் நெருங்க, மணிகள் விரைவாக என்னை நோக்கி நகர, என் முகம் முழுவதும் பூரிப்பும், உதட்டில் 32 பற்கள் தெரியும் வரை புன்னகையும், மனம் நிறைய சந்தோஷமும், அதன் ஓரத்தில் அவ்வப்போது சிறியதொரு பயம் என்னை அறியமால், எட்டிப் பார்த்தது.

இரவு நிச்சயம் முடிந்து, போட்டோ எடுத்து முடித்து மணமகன் வீட்டார்களும் விஷ்வாவும் மண்டபம் விட்டுச் செல்ல இரவு ஒன்பது மணி பின் நான் வீட்டிற்கு, வந்து போட்ட மேக்கப்பை அழிக்க அரைமணி நேரமாகியது. அவனிடம் இருந்து 10மணிக்கு எல்லாம் குட்நைட் மெசேஜ் வந்தது.

***

அம்மா கண்டிப்பாக என்னிடம், அன்று இரவுவேகமாக தூங்கும் படி கூறி, காலை 8 மணிக்கு முகூர்த்தம் என்பதால், பெண்ணிற்கு மேக்கப் போட்டுவிட 5.30 மணிக்கு வந்துவிடுவார்கள், நான் 4.30 மணிக்கு தலைக்கு குளித்து ரெடியாக வேண்டும் என்று மணி தவறாமல் சொல்லிவிட்ச் சொல்லிச் சென்றாள்.

ஆனால், எங்கள் ஆச்சிவீட்டுச் சுட்டீஸ்கள் சேர்ந்து ஆட்டம் போட்டதில் உறங்கச் சொல்லும் பொழுது மணி12. நானோ, அனைவரிடமும் சேர்ந்து லூட்டி அடித்து முடித்து, படுக்கச் செல்லும்பொழுது நேரம் 1.30மணி.

காலையில் என் அம்மா என்னை எழுப்பி பியூட்டிபார்லரில் இருந்து மேக்கப்போட்டு விட வந்துட்டாங்க போய் குளின்னு கத்துனாங்க அந்த சத்தத்தை கேட்டு காலையில் வெடுக்கென்று எழுந்து குடு குடுவென ஓடிட்டேன்.........

காலையில் சிவப்புகலர் பட்டு உடுத்தி,மேக்கப் போட்டு, பாரம்பரிய வகையில் ஒட்டியாணம், நெத்திச்சுட்டி, ஜிமிக்கி, ஆரம், சங்கிலி, அங்கி, வளையல்கள் மற்றும் ஜல் ஜல்லென்று வெள்ளி கொலுசு போன்ற அணிகலன்கள் அணிந்து இருந்தேன். அதில் அனைத்திலும் லக்ஷ்மியின் உருவங்கள் நிறைந்து இருந்தன, அப்படி நான் கிளம்ப வேண்டும் என்பது, விஷ்வாவின் ஆசை.

போட்டோகிராபர் 1000 போட்டாக்கள் எடுத்தாலும் நம்ம நம்மலோட போன்ல எடுக்கிற போட்டோ மற்றும் சுயபடம் (செல்பி) தான் இன்ஸ்டன்ட் திருப்தி தரும். கசின்ஸ் எல்லாம் சேர்ந்து என்ன கூப்பிட வந்தாங்க, அந்த போட்டோவை அவனுக்கு அனுப்பிவிட்டு, 6:50க்கு மேக்கப் முடித்து மண்டபத்திற்கு சென்றேன். வாசலில் நிற்க வைத்து ஆரத்தி எடுத்து உள்ளே வரவேற்றனர்.

***

அன்று பசி இல்லை என்று சொன்னதும், கிண்டல் அடித்துக் கொண்டு என் சித்தி சாப்பாடு எடுத்து வந்து வாயில் கொடுத்தார், மூன்று வாய்க்கு மேல் பசியே இல்லை, என்று கூறினேன். என்னை கட்டாயப்படுத்தி இன்னும் கொஞ்ச நேரத்துல உனக்கு பசிச்சாலும் சாப்பிட முடியாது, அதனால தான் இப்போவே கொடுத்துட்டேன்னு சொல்லி வாயில் சாப்பாட்டை திணிச்சிட்டு சென்றார். நிமிடங்கள் நொடிகளாக ஓடின.

நம்மை சுற்றி அழகிய மனசுகள் நிறைந்து இருக்கும் பொழுது, திருமணங்கள் அழகாகும்

படபடவென பட்டாசு சத்தமும் மேளச்சத்தமும் கலந்த கலவை காதில் பாய தொடங்கிய தருணத்தில் அனைவரும் பரபரவென பறந்தனர், மாப்பிளை வீட்டாரை ஆரத்தி எடுத்து வரவேற்பது, எங்களின் சம்பிரதாயங்களில் ஒன்று, ஆதலால் எங்க வீட்டுப் பெண்கள் அனைவரும், ஆரத்தி தட்டை கையில் வைத்து ரெடி ஆகினர். நானும் கையில் என் ஆரத்தி தட்டுடன் என்னவனை வரவேற்கநின்றேன். மணப்பெண் ஆரத்தி எடுத்தால் மாப்பிள்ளையின் நண்பர்களுக்கு தனி குதூகலம், 21 செல்வங்கள் பொருந்திய ஆரத்தி தட்டு என்னிடம் இருந்தது, மூன்று சுற்று விஷ்வாவின் முன் சுற்றி முடிக்கும் பொழுது அந்த தட்டில் வெறும் 10 செல்வங்களின் பானைகள் மட்டுமே மீதம் இருந்தது, முடித்ததும் என்னை வேகமாக, அழைத்து உள்ளே செல்ல, என் மாமா பொண்ணுங்க ரெடியா இருந்தனர். அவர்களுடன் பின் வழியாக மணமகள் அறைக்கு வந்தோம்.

மாப்பிள்ளை வீட்டார், தட்டை தூக்கி வந்து மணமேடையில் வைத்தனர். பின் மாப்பிள்ளைக்கு மரியாதை செய்து மாலையிட்டு குடை பிடித்து என் அப்பா அழைத்து வந்தார்.

***

மேடையில் வந்ததும் விஷ்வாவின் அம்மா என்னிடம் சேலை தட்டை எடுத்து தருவது தான் சம்ராதயம், ஆனால் விஷ்வா என்னிடம் வந்து, நீ இப்போதான், இந்த சாரியை பார்க்கபோற, நான் உனக்காக தேடி எடுத்தேன் அம்மா கூடபோய், வேகமா இதை கட்டிட்டு வாடி என் அழகு தேவதைன்னு சொல்லி அனுப்பினான், அவன் தங்கை என்னை கை பிடித்து மணமகள் அறைக்குள் அழைத்துச் சென்றாள்.

மண்டபம் முழுவதும் ஆசிர்வாதங்கள் நிறைந்து காணபட்டது சொந்தக்காரர்கள் அனைவரும் பலவகைப்பட்ட வேலைகளில் தங்களை ஈடுபடுத்தி துருதுருவென தேனிக்கூடங்கள் போல் ஓடிக்கொண்டிருந்தனர்.

அவனின் தங்கை, சேலை கட்ட உடன் வந்து நின்றாள். அன்று வரை ஒரு பெண் தன் அம்மாவின் முன் உடை மாத்த அவ்வளவு யோசிப்பாள், ஆனால் அன்றோ, நம்மை சுற்றி நாத்தனார், அக்கா என பெண்களின் படை சூழ்ந்து இருக்க, நம் வெட்கத்தை சட்டென்று அகற்றி வைத்து, அவர்கள் படுத்தும் அவசரத்தில் வேகமாகவும், அழகாகவும் புடவையை கட்ட வேண்டும்.கட்டி முடிந்ததும் என் கை பிடித்து மணமேடைக்கு அழைத்துச் சென்றாள்.

என் முகத்தில் இருந்த சிறிய பயத்தை அங்கு ஆயிரம் பேர் இருந்தாலும், அதை கண்டது என் அப்பாவும், விஷ்வாவும் மட்டுமே, நான் சென்று முன் நின்று அனைவரையும் பார்த்து கும்பிட்டு, தலை குனிந்து நின்றேன். அவன் என் கையை பிடித்து நான் உன் பக்கத்துல தான் இருக்கேன் மீரா என்று விஷ்வா கூறினான். என் பக்கத்தில் வந்து அப்பா என் தோள் பட்டையை பிடித்து பயப்படாத குட்டிமான்னு சொல்லி அவர் சத்தம் திடீரென வந்தது.

***

ஒரு பெண்ணின் கனவு தன் அப்பாவை போல் தனக்கு கணவன் அமைய வேண்டும் என்பதுதான், ஒரு பெண்ணாகிய நான் கண்ட கனவு, எனது வாழ்க்கையில் நிறைவேறிய தருணத்தை உணர்ந்தேன்.

"அவன் என் அருகில் வந்து உன்ன இப்போவே இங்கு இருந்து கடத்தி கூட்டிட்டு போய்டணும்னு இருக்குடி, அவ்ளோ அழகா இருக்க, இத்தனை நாள் இந்த அழக எங்கடி ஒளிச்சி வச்சிருந்த" என்று சொல்லி, என் கைகளுக்குள் அவனின் விரல்கள் சரியாக நிரம்பியது போல் பிடித்தான்.

நாங்கள் இருவரும் மணமேடையில் அமர்ந்து குருக்கள் மந்திரம் சொல்ல, அதை நாங்கள் பின் சொல்லி வந்தோம். மாங்கல்யத் தட்டு அனைவரின் ஆசிர்வாதம் நிறைந்து, மேடையை வந்து அடைந்தது. மந்திரங்கள் சொல்லிய படி, குருக்கள் தாலியை கையில் வாங்கி, விஷ்வாவிடம் கொடுத்தார்.

"*கட்டி மேளம், கட்டி மேளம்*" என்னும் ஒலி கேட்ட மறுதருணம், மேடையில் இருக்கும் அனைத்து பெரியோர்களின் கைகளும் மேளக்கச்சேரி காரர்களை நோக்கி மேலே உயர்ந்தது, கட்டி மேளச் சத்தத்தை ஒலிக்கச் செய்ய, திருமாங்கல்யத்தில் பூ சுற்றி இருந்தது, அதை தொட்டுக் கும்பிட்டு கையில் வாங்கினான்.

அந்த ஐந்து நிமிடங்கள் என் கண்களுக்கு அவன் மட்டுமே தெரிந்தான். அரிசியும், பூக்களும் உடன் கலந்து ஆசிர்வாதங்கள் மழைகளாக எங்கள் மேல் தூரிக் கொண்டிருந்தது.

அவன் கைகள் தாலியை என் கழுத்தினுள் மெதுவாக இடும் தருணம், அவன் என் கண்களை பார்த்து "நம்ம வாழப் போற இந்த வாழ்க்கை முழுசா உன் முகத்துல உள்ள இந்த

சிரிப்புகுறையாமல, பாத்துக்குவேண்டி பொண்டாட்டி"ன்னு, லவ் யு என்று சொல்லி என்னை பார்த்தபடி தாலி கட்டினான். அவன் பார்வை நீ எனக்கு உரியவள் என்ற அர்த்தத்தை உணர்த்தியது. தலை குனிந்து என்னவனை மற்றும் அவன் இட்ட என் தாலியையும் மட்டுமே என் கண்களும் மனதும், அந்த நொடியில் பதிவு செய்தது.

கழுத்தில் தாலி ஏறும் தருணம் சந்தோஷத்தில் அதை பார்ப்பதா, அன்றி அதற்கு உரியவனின் கண்களை பார்ப்பதா என்ற குழப்பத்தில் நின்றேன் அமைதியாக மனதில் ஆயிரம் பட்டாம்பூச்சிகளுடன்.

அவன் என்னை அரவணைத்து என் நெற்றியின் உச்சியில் குங்குமம் இட்டு, என் நெஞ்சம் தொட்டத் தாலியை அவன் கையில் ஏந்தி குங்குமம் வைத்தான், பின் அங்கு வைத்திருந்த அம்மிக்கல்லின் மீது என்னை கால் வைக்க சொல்லி, அவன் குனிந்து என் கால் விரல்களை பிடித்து மெட்டி போட்டு விட்டான், மேடையில் வைத்து மெட்டி போட்டு விடுவதற்கு முன்கூட்டியே அத்தனை பெரியோர்களிடம் இருந்து

கஷ்டப்பட்டு அவன் சம்மதம் வாங்கியது, என் ஆசையை நிறைவேற்ற வேண்டும் என்பது தான் காரணம். இறுதியாக அங்கு வளர்த்த ஹோம குண்டத்தை அக்னியை சாட்சியாக வைத்து நடந்த திருமணம் என்பதால் இருவரும் கை பிடித்து மூன்று சுற்றுகள் சுற்றி வந்தோம்.

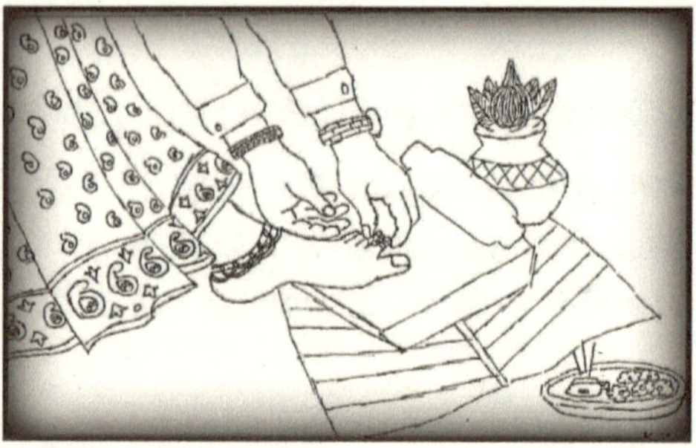

அவன் இட்ட மாங்கல்யம், என் மனதைத் தொட்ட தருணம்,
அவன் இட்ட குங்குமம், என் உச்சியைத் தொட்ட தருணம்,
அவன் இட்ட மெட்டி, என் கால் விரல்களை தொட்ட தருணம்,
கூறியது நான் விஷ்வாவின் திருமதி என்னும் பட்டத்தை
அடைந்துவிட்டேன் (அவன் என்னவன்) என்று.

காதலின் காற்று நிறைந்திருக்க, மேளச்சத்தம் அதை வருடிச் சென்றது.

காதல் திருமணம் பெற்றோரால் ஆசிர்வதிக்கப்பட்டு நிறைவடைந்த முழுமையின் ஆனந்தம் இருவரின் முகத்திலும் மகிழ, மாப்பிள்ளை வீட்டார் பெண்ணை அழைத்து வாருங்கள், நேரத்திற்குச் சென்று வீட்டில் சென்று விளக்கு பொருத்த வேண்டும் என்ற குரல் கேட்டதும், என் அம்மாவின் கண்களில் இருந்து நீர் சொட்டியதை பார்த்த விஷ்வா, என் கை பிடித்து, இனி இவுங்க எனக்கும்

அம்மா தாண்டி என்று இறுக்கமாக என்னை பிடித்துக் கூறினான். அவன் என் முகத்தை பார்க்காமலேயே அறிந்து கொண்டான் என் கண்களிலும் நீர்துளிகள் நிறைந்திருப்பதை. என் அம்மாவை கட்டிப்பிடித்தேன், என்அம்மா, நீ கிளம்பு நான் அழுகல கனி என்று என்னைக் கொஞ்சி கன்னத்தில் முத்தமிட்டார். ஆனால் என் அப்பாவின் கண்கள் கலங்கக் கூட இல்லை அவர் என்னை பார்த்து "சந்தோஷமான தொடக்கத்தை நோக்கி போறடா, அழுகக் கூடாது" என்று சொல்லி என் கண்களில் இருந்து சொட்டிக் கொண்டிருந்த நீரை துடைத்து விட்டு தட்டிக் கொடுத்தார்.

முதல் முதலாக ஜோடியாக வீட்டிற்குள் இருவரையும் வரவேற்று, வாசலில் சூட ஆரத்தி எடுக்க அவனின் அத்தைகள் கூட்டமாக நின்றனர். ஒரு கையில் குத்துவிளக்கு பிடித்து மறு கையில் அவனின் கைகளைப் பிடித்த வண்ணம், வலது கால் எடுத்து வைத்து வீட்டிற்குள் நுழைந்தேன். பாலும் பழமும் அவனின் மற்றொரு அத்தை வந்து கொடுத்து, இருவரையும் சாப்பிட வைத்தார்.

பின் பூஜை அறைக்கு அவனின் அம்மா என்னை அழைத்துச் சென்று விளக்கு பொருத்தச் சொன்னார், அன்று எனக்கு ஒரு பெரிய எக்ஸாம் எழுதும் உணர்ச்சி வந்தது, ஏனென்றால் என் அம்மா இதை என்னிடம் சொல்லியே அனுப்பி விட்டார், ஒரு தீக் குச்சியில், ஐந்து முகத்தையும் பொருத்திட வேண்டும் என்று. ஆனால் அவனின் அம்மா என் பதட்டத்தை அறிந்து நிதானமா பொருத்துப்பான்னு சொன்னாங்க. ஒரு தீக்குச்சியில் பொருத்துனதும், அவனின் சித்தி, பரவாயில்லை ஒரு குச்சில பொறுத்திட்டாள்ன்னு சொன்னதும் தான் தெரிந்தது என் அம்மா அதை ஏன் என்னிடம் வலியுறுத்தினார் என்பதன் காரணம்.

***

விஷ்வா அனைவரின் உறவு முறைகளையும் என்னிடம் சொல்லிக் கொண்டு இருந்தான். அனைவரும் எங்களை சுற்றி ஹாலில் அமர்ந்து அரட்டை அடித்துக் கொண்டு இருந்தோம். மாலை நான்கு மணிக்கு என் அக்கா மாமா இருவரும், என்னை அழைத்துச் செல்ல வந்ததனர், அவனை பின் அழைத்துச் செல்ல வருமாறு சொல்லி என்னை மட்டும் உடன் அழைத்துச் சென்றனர்.

என் வீட்டிற்கு சென்றதும் என் அம்மா, சோர்வை புரிஞ்சிக்கிட்டு, வந்து என்னிடம் ஜூஸ் கொடுத்துட்டு போனாங்க. என் மேக்கப் அனைத்தையும் களைத்து குளிச்சி முடிச்சிட்டு எங்க அம்மா கொடுத்த புடவையை உடுத்திட்டு வந்து அக்கடான்னு கட்டிலில் படுத்தேன். என் மொபைலை கையில் எடுத்தேன், வாட்ஸாப் முழுவதும் ஒரே வாழ்த்து மடல் குவிந்து இருந்தது. விஷ்வாவிடம் இருந்து "ரொம்ப மிஸ் யு டி பொண்டாட்டி" என்ற மெசேஜை பார்த்ததும் என் உதட்டில் சிறியதொரு சிரிப்பு எட்டிப் பார்த்ததும், என் அத்தை பொண்ணு, மொபைலை பிடுங்கி பார்த்து, "உங்களால ரெண்டு மணி நேரம் கூட பிரிந்து இருக்க முடியாதா?" என்று கத்தி சொல்லி என் மானத்தை வாங்கிட்டாள்.

ஒரு பக்கம் கல்யாணத்திற்கான அனைத்து செலவுகளுக்கும் அப்பா செட்டில்மெண்ட் செஞ்சிகிட்டு இருந்தாங்க, அவரிடம் சென்று "ஏன்பா இவ்ளோ செலவு செய்யிறீங்க"ன்னு கேட்டேன், "இது எல்லாம் அப்பாவோட சந்தோஷத்துக்காக நான் சின்னதா செய்ரதுடா குட்டிமா" என்று சொல்லி தட்டிக் கொடுத்தார் மறுபக்கம் அரட்டை, சிரிப்பு என அனைவர் முகத்திலும் ஆனந்தம் நிறைந்து காணப்பட்டது.

***

எங்கள் வீட்டில் நாங்கள் இருவரும் சேர்ந்து கழிக்க இருக்கும் எங்களது அந்த முதல் இரவை, அழகு படுத்தும் வகையில் மிக அழகாக ஏற்பாடுகள் செய்து கொண்டு இருந்தனர். பெண் வீட்டிலிருந்து சென்று விஷ்வாவை முறையாக அழைத்து வந்தனர்.

என் அம்மா என்னிடம் இரவு எட்டு மணிக்கு மேல் நல்ல நேரம்ன்னு சொல்லிருக்காங்க பாப்பா, அதனால எல்லார்கிட்டயும் நீயும் மாப்பிள்ளையும் ஆசிர்வாதம் வாங்கிடுங்க என்று சொன்னதும், எனக்கு அடக்க முடியாத சிரிப்பு வந்தது. என் அம்மா விஷ்வாவை மாப்பிளை என்று சொன்னதும் வந்த சிரிப்பு அது, ஆனால் அன்று என் அம்மாவிடம் இருந்து திட்டு வாங்கினேன், இனிமேல் நான் விஷ்வாவை மரியாதையாக தான் கூப்பிட வேண்டும் என்று வலியுறுத்தினார்.

பட்டு உடுத்தி, தலை நிறைய பூ வைத்து, பாலை கையில் வைத்து, என் இதயம் டப்-டப் என துடிக்கும் சத்தத்தை நானே கேட்ட நிமிடம், என்னவன் மற்றும் என் ரூம் எனக்கே புதிதாக காட்சி அளித்தன. அவனிடம் என்ன பேச, என்ன செய்ய என்று என் இதயம் குழம்ப, சிறு தைரியம் வரவழைத்து, உள்ளே சென்று கதவின் தாள் இட்டு திரும்பினேன்.

அன்று அவனிடம் சென்று கையில் வைத்திருந்த பாலை கொடுத்ததும், உனக்கு பயப்படலாம் வரும்னு இப்போதான் எனக்கு தெரிய வருது பொண்டாட்டி என்று சொல்லி சிரித்துக் கொண்டு, பாலை வாங்கி அருகில் வைத்து விட்டு, என்ன புருஷனோட கால்ல விழுந்து ஆசிர்வாதம்லாம் வாங்கனும்னு யாரும் சொல்லி தரலயா? என்று நக்கல் அடிக்கும் வகையில் கேட்டான்.

***

அவனிடம் நான் கூறிய முதல் வார்த்தை, மரியாதை தரனும்ன்னு அம்மா என் கிட்ட சொல்லி அனுப்புனாங்க, ஆனால் அப்படி இருந்தா எனக்கு பேசவே வர மாட்டிங்குதுடா விஷ்வா என்று கூறி சிறு பிள்ளை போல் அவன் முன் நின்றேன். அட லூசு, இதுக்காகவா இவ்வளவு நேரம் அமைதியா இருந்த, உனக்கு எது வசதியா இருக்கோ அப்படி கூப்பிட்டுக்கோன்னு சொல்லி, ஆனா ஒன்னு மட்டும் என் செல்லகுட்டி, எங்க அம்மா முன்னாடி மட்டும் கொஞ்சம் மரியாதையா கூப்பிட முயற்சி பண்ணிக்கோன்னு என் கிட்ட அவன் கூற வேண்டியதை அழகிய வார்த்தை கோர்வையான மழுப்பல்களுடன் சொல்லி முடித்தான்.

நான்கு சுவர்களை மட்டும் பார்வையாளர்களாக கொண்டு, எங்கள் பேச்சின் தூரம் நகன்றது, அந்த இரவின் அழகான அமைதியை இருவரும் உணர்ந்தோம். கொலுசின் சிணுங்கல்கள், மெட்டியின் தாளங்கள், வளையல்களின் ஓசை, பூவின் நறுமணம் இவ்வனைத்தையும் அவன் சுவாசித்த காரணத்தினாலோ என்னவோ, அவன் சிறு பிள்ளைபோல் என் மேல் களைப்படைந்து உறங்கினான்.

அவன் பாதியை ஏற்றுக் கொண்டு
என் பாதியை நான் தந்து,
முதல் இரவில் உருவான எங்களின் முதல் உறவு.

***

அத்தியாயம் - 15

அன்பில் அவன்

என் அன்பிற்கு உரியவன்

எங்கள் இருவருக்கும் விருந்து சாப்பாடு, கவனிப்பு என அம்மா வீட்டிற்கும், மாமியார் வீட்டிற்கும் மாறி மாறி சென்று கொண்டிருந்தோம். எங்க அம்மா, அப்பா மற்றும் என் மாமனார், மாமியார் எங்களை பெங்களூரில் செட்டில் செய்ய தேவையான வீட்டுப் பொருட்களை வாங்கிக் கொண்டு இருந்தார்கள். முதல் ஐந்து நாட்களுக்கு, இரு வீட்டாரின் குலதெய்வக் கோவிலுக்குச் சென்று பொங்கல் வைத்தும், சொந்தக்காரர்கள் வீட்டிற்குச் சென்றும் மற்றும் பல சடங்குகளை முடித்தும் நாட்கள் வேகமாகவும், அழகாகவும் நகன்ற வண்ணம் இருந்தது.

நாங்கள் ஹனிமூனிற்கு மால்தீவ்ஸ் செல்ல அவன் முதலிலேயே ஏற்பாடு செய்து இருந்திருக்கிறான், டூர் பாக்கேஜில் பத்து நாட்கள் தங்குவதற்கு புக்கிங் மற்றும் டிக்கெட் புக் செய்து இருந்ததை அன்று இரவு தான் என்னிடம் கூறினான். "பொண்டாட்டி நாளைக்கு நைட், நம்ம ஹனிமூன் கிளம்புறோம், பத்து நாளுக்கு தேவையான ட்ரெஸ் எல்லாத்தையும் பேக் பண்ணிடு, எங்க அம்மா கிட்ட என் ட்ரெஸ் எங்க இருக்குன்னு கேட்டு அதையும் எடுத்து வச்சிரு" என்று சொன்னான்.

எங்க போறோம்ன்னு கேட்டதும், சொன்னா தான் கூட வருவியா? அது எல்லாம் நாளைக்கு சொல்றேன்னு சொல்லிட்டு குட் நைட் சொல்லி திரும்பி படுத்துட்டான். டேய் சொல்லு ப்ளீஸ் எங்க போறோம் என்று அவன் அருகில் அமர்ந்து அவனை சுரண்டிக் கொண்டு இருந்தேன், என்னிடம்

திரும்பி, மாமாக்கு தூக்கம் வருதுடி என் செல்லக்குட்டி, அதனால என்ன டிஸ்டர்ப் செய்யாம தூங்குன்னு சொல்லிட்டு தூங்கிட்டான். அன்று இரவு முழுவதும் என் தூக்கம் கெட்டது, என்னவெல்லாம் எடுத்து வைக்க வேண்டும் என்று லிஸ்ட் போட்டுட்டு இருந்தேன்.

மறுநாள் அவனிற்கு வேலை இருந்ததால் வேகமாக சாப்பிட்டு வெளியே கிளம்பிச் சென்றான். நான் என் அத்தையின் உதவியுடன் எடுத்து வைத்துக் கொண்டு இருந்தேன். அவன் அம்மா அவன் மேல் வைத்திருக்கும் அன்பு அழகாக இருந்தது. அவன் செய்யும் சேட்டை, அவனின் கோபம் மற்றும் அவன் எதிர் பார்க்கும் விதம் இவை அனைத்தையும் என் மாமியார் என்னிடம் கூறிக் கொண்டு இருந்தார், அதை கேட்ட படி நான் எங்கள் இருவருக்கும் சேர்த்து எடுத்து வைத்துக் கிளம்பினேன். மாலை அவனும் நானும் கிளம்பி கீழே வந்து, சாப்பிட்டு, அத்தை மாமா இருவரிடமும் ஆசிர்வாதம் வாங்கி பின் என் வீட்டிற்கு இருவரும் சென்று, எனது சில பொருட்களை எடுத்து வைத்தேன். முன் கூட்டியே என் அம்மா, அப்பா அவர்களிடம் அவன் கூறி இருந்திருக்கிறான், அனைவரும் சேர்ந்து எனக்கு சர்ப்ரைஸ் கொடுப்பதற்கு முடிவு செயது என்னிடம் மறைத்த விஷயம் அன்று தான் தெரிந்தது ஏர்போர்ட்டிற்கு சென்றோம்.

•••எங்கள் வாழ்க்கை பயணத்தின் தொடக்கம்•••

நான் அவனையும்,

அவன் என்னையும்,

இருவரும் எங்களின் இடையே உள்ள வித்தியாசங்களையும் புரிந்து, ஏற்றுக் கொண்ட நாட்கள்.

***

இருவரும் ரெசார்ட்டில் உள்ள எங்களின் ரூமிற்கு சென்று பிரெஷ் ஆகி விட்டு, வெளியே சென்றோம் கை நிறைய சாப்பாடு நிறைத்து, சாப்பிட்டுக்கொண்டே, அவன் கூட்டிச் சென்ற இடம் எல்லாம் எதையாவது கை காமித்து சிறு பிள்ளை போல் அவனிடம் கேட்டுக் கொண்டே வந்தேன். அவன் எதையும் பொருட் படுத்தாமல், கூட்டம் நிறைந்த இடத்தில், அவன் என்னை முன் விட்டு, கை பிடித்து நகற்றி கூட்டிச் சென்றான்.

இந்தியன் ஹோட்டலிற்கு சாப்பிட சென்றோம், டேபிள் முழுவதும் பிடித்ததை ஆர்டர் செய்து, சாப்பிட்டுக் கொண்டு இருந்தேன். அவன் ஒரு பிரியாணியை வாங்கி வைத்து, நான் சாப்பிடுவதை பார்த்து சிரித்துக் கொண்டு இருந்தான். அவனுக்கு வைத்த குழம்பில் உள்ள சிக்கனை, அவனது தட்டில் பிய்த்து வைத்ததும், அவன் சாப்பிட தொடங்கினான்.

அன்று முதல் இன்று வரை, வெளியே சென்றாலோ அல்லது வீட்டில் சமைத்து வைக்கும் சிக்கன், பிஷ் மற்றும் மட்டன்

எதுவாக இருந்தாலும், அவனிற்கு நான் பிய்த்து வைத்தால் தான் நன்றாக சாப்பிடுவான்.

ஐஸ் கிரீம் கேட்டதும், ஸ்ட்ரிக்ட் டீச்சரா மாறிட்டான், எனக்கு ஒத்துக்காதுன்னு அவனுக்கு நல்லா தெரியும், அதுனால வேண்டான்னு கோபமா சொல்லிட்டு நகண்டுட்டான். வேண்டாம் என்று அவன் உதடு என்னிடம் கூறினாலும், அவனின் மனதிற்கு என் முக சோர்வை ஏற்றுக் கொள்ள முடியவில்லை, எனவே என்னை நிற்க வைத்து விட்டு, வாங்கி வந்து என் கையில் கொடுத்தான். பின் ரூமிற்கு சென்று அன்று சுடு தண்ணி வைத்து குடுத்து, என் கலைப்பை உணர்ந்து அவன் மடி மீது படுக்க வைத்து தூங்க வைத்தான். அவனுடன் இருந்த நாட்களில் என் அப்பாவை நான் மிஸ் பண்ணாத அளவிற்கு பார்த்துக் கொண்டான்.

ஹனிமூன் நாங்கள் சென்ற நாட்கள் முழுவதும், ரொமான்ஸ் மட்டும் இன்றி ட்ரெக்கிங், நல்ல சாப்பாடு, போட்டோ, அட்வென்ச்சர் ரைட், சஃபாரி, பீச், பாராக்லய்டிங், ஷாப்பிங் என அனைத்திற்கும் என்னை அழைத்துச் சென்றான். சென்ற இடத்தில் சின்ன சின்ன செல்லச் சண்டைகள், அக்கறைகள் என அனைத்தையும் இருவரும் அனுபவித்து வாழ்ந்த நாட்கள்.

இருவரும் இருவருக்கும் சிறு பிள்ளைகளாக காட்சி அளித்த நாட்கள். வெளியே செல்லும்பொழுது அவன் கையில் இருக்கும் சிறு குழந்தை போல் என்னை பாதுகாத்து அழைத்துச் சென்றான், அதே சமயம், உள்ளே இருக்கும் தருணங்களில் பத்து குழந்தைகளை ஒரே நேரத்தில் சமாளிப்பது எளிது என்று உணர்த்தும் அளவிற்கு நடந்து கொண்டான். அவன் என் மேலும், நான் அவன் மேல் காட்டிய அக்கறைகள் மூலம், கணவன் மனைவிக்குள் எந்த ஒரு ஒளிவு மறைவும் இருக்காது என்பதை உணர்த்திய நாட்கள்.

***

அவனிற்கு அவனது வேலையின் லீவ் நாட்கள் முடிந்தது, எனவே மால்தீவ்ஸ் சென்று வந்ததும், எங்கள் வீட்டிலும், அவனது வீட்டிலும் அனைவரும் எங்களை அழைத்துக் கொண்டு பெங்களூரு சென்று செட்டில் செய்ய வைக்க ரெடியாக இருந்தனர்.

என் அம்மாவையும் அவனின் அம்மாவையும் அவன் என்றுமே பிரித்து பார்த்தது இல்லை, எங்களை பெங்களூரில் செட்டில் செய்து விட்டு, அவனின் அம்மா மற்றும் என் அம்மா இருவரும் பத்து நாட்கள் உடன் இருந்து, வேலைகள் அனைத்தையும் எனக்கு பழக்கிவிட்டு பின் சென்றனர். அன்று தான் என் கண்களில் இருந்து கண்ணீர் அதிகமாக சொட்டியது. எனது கண்ணீரை அவனிடம் இருந்த தெளிவு, பேச்சினால் சரி செய்ய முயன்றான், மூன்று மணி நேரம் கழித்து அதில் வெற்றி பெற்றான். இப்படியே சிரிச்சிகிட்டே இருக்கனும்ன்னு சொல்லி தட்டிக் கொடுத்தான்.

என் அத்தை மற்றும் என் அம்மா இருவருக்கும் விஷ்வாவை நான் மரியாதையாக கூப்பிட வேண்டும் என்பது தான் அவர்களுக்கு மிக முக்கியமான விஷயம்.

***

எனவே அவர்கள் முன் மரியாதையாக கூப்பிட்டு, அதுவே பழகத் தொடங்கியது.

அவன் அன்பில் நான்
என் அன்பில் அவன்

எங்கள் இடையில் சண்டைகள் டாம் அண்ட் ஜெர்ரி போல் ஏராளமாக வரும், ஆனால் அந்த சண்டைகள் ஒரு நாளுக்கு மேல் நீடிக்காத ஒன்றாக இருக்கும், எங்களின் ஒவ்வொரு சண்டைக்கு பின், எங்கள் இடையே உள்ள காதலின் ஆழம் அதிகரித்தது. அவனின் கெஞ்சல்கள் அத்து மீறி கொஞ்சல்களுடன் கூடிய நெருக்கங்கள் எங்களின் இரவுகளை முழு நிலவினைப் போல் அழகாக்கியது.

எங்கள் நடுவில் சண்டை இருந்து, அந்த சண்டையின் தப்பு அவனிடம் இருந்தால், இரண்டு மணி நேரத்துக்குள் அவன் உடம்பிற்கு தலைவலி, காய்ச்சல், கால் வலி போன்று ஏதாவது ஒன்று செய்யுதுன்னு சொல்லி சாப்பாடு வேண்டாம் என்று சொல்லி சிறு பிள்ளை போல் முகத்தை சோர்வாக வைத்துக் கொள்வான். அவன் சாப்பிடவில்லை என்றால் என் மனம் இறங்கி விடும் என்ற சூட்சுமத்தை நன்கு அறிந்தவன், என் கேடி அவன்.

அவனை நான் நொய் நொய்யென்று நச்சரித்துக் கொண்டே இருப்பேன், அவனை நோண்டாமல் இருந்தால்

எனக்கு வேலையே ஓடாது. அவன் ஏதாவது டென்ஷனில் இருந்தால் திட்டி விடுவான், அவன் குரலின் உயர்வுக்கு, என்னை ஒரு நாள் முழுவதும் அமைதியாக்கும் தன்மை உண்டு, ஆனால் அவன் என் அமைதியை அறிந்து, ஒரு மணி நேரம் கழித்து பின் வந்து, என் பொண்டாட்டி என்ன நச்சிகிட்டே இருந்தா தான் நல்லா இருக்கு, நீ உம்முன்னு இருந்தா, என்னோட நாள் நல்லாவே இல்லன்னு சொல்லி வந்து சமாதானம் செய்வான்.

எங்கள் இடையே சின்ன சின்ன விஷயங்களிலும் எங்களது கருத்து வேறுபடும், இறுதியில் இருவரின் அக்கறை, பாசம் அதனை சுலபமாக நகற்றி எடுத்துச் செல்லும். சாப்பாடு விஷயத்திலிருந்து பெரிய முடிவு எடுக்க வேண்டிய விஷயங்கள் வரை எங்களின் கருத்து எதிர் மாறானது.

ஆடை அணிவதில், ஒருவரின் ஒழுக்கம் இல்லை அவரது நடத்தையில் மட்டுமே உள்ளது என்பது என் எண்ணம், அதற்கு மாறாக சுடிதார் அணிந்தால் துப்பட்டா போட்டு தான் வெளியே செல்ல வேண்டும் என்பது அவனின் எண்ணம்.

கோவிலுக்குச் செல்வது, சாமிக்கு செய்யும் சடங்குகள் இவை அனைத்தும் எனக்கு மிக பிடித்த ஒன்று, ஆனால் அவன் அதில் அவனை ஈடு படுத்திக் கொள்ளமாட்டான்.

தாலி, மெட்டி, உச்சியில் குங்குமம் வைப்பதில் அவனிற்கு நம்பிக்கை கிடையாது, ஆனால் அதை நான் அவனின் அடையாளமாக கருதுவதால், அதனை நான் பிடித்து ஏற்றுக் கொண்டு அந்த பழக்கத்தை கடை பிடித்தேன்.

அவனது முன்னாள் காதலி யாமினியை ஏதாவது ஒரு விஷயத்தில் இழுத்தால், இன்றும் அவன் அவளுக்கு வக்காலத்து வாங்கிட்டு வந்துவிடுவான்,

***

தன்னவன் என்று வரும்பொழுது, அவன் எனக்கு உரியவன் என்ற அந்த பொசெசிவ்னெஸ் அனைத்து பெண்களுக்கும் உரிய ஒன்றாக இருக்கும். அதற்கு ஏராளமாக அவன் என்னிடம் அடி வாங்கியது உண்டு. ஆனால் அவன் அதை ரசித்து, சிரித்துக் கொண்டே சொல்வான் "நீ கோவப்படும் போது கூட அழகா இருக்கடி, நீ என் மேல பொசஸிவ் ஆகாம, வேற யார் ஆவாங்க, நீ என்ன இவ்ளோ லவ் பண்றியாடி" என்று கேட்டு என்னை அவன் மார்பின் மேல் சாய்த்துக் கொள்வான்.

மாதத்திற்கு இரண்டு முறை நாங்கள் தவறாது ஊருக்கு சென்று எனது அம்மா, அப்பா, மாமனார் மற்றும் மாமியாருடன் சனி மற்றும் ஞாயிற்றுக்கிழமை இருந்துவிட்டு திரும்புவோம், அதற்கு மீறி நான் எங்க அம்மா, அப்பாவை மிஸ் பண்றேன்னு அவனுக்கு தெரிஞ்சா, எனக்கு டிக்கெட் போட்டு அனுப்பி வைப்பான் இல்லை என்றால், என் அம்மாவிடம் அவனே பேசி, அவரை இங்கே வரவழைப்பான்.

இப்படி நகர்ந்து கொண்டு இருந்த நாட்களில், ஒரு நாள் மொபைலை வீட்டிலேயே வைத்து விட்டுச் சமையலுக்கு பொருட்கள் வாங்குவதற்கு, அவன் வீட்டிற்கு வருவதற்கு முன், வந்து விடலாம் என்ற எண்ணத்தில் கடைக்குச் சென்றேன். நான் வீட்டின் வாசலை எட்டியதும், அவன் கோபமாகவும், பதட்டமாகவும் அவன் வாசலில் அமர்ந்திருந்ததை பார்த்தேன். என்னங்க இன்னைக்கு சீக்கிரமா வந்துட்டீங்கன்னு தான் கேட்டேன்,என்னை பார்த்து ஒரு முறை முறைத்து "இவ்ளோ நேரமா எங்க போயிருந்த? போகும்போது மொபைல் கைல எடுத்துட்டு போகணும்ன்னு தெரியாதா? வெளில போக போறன்னா கால் பண்ணி சொல்லிட்டு போன்னு எத்தனை தடவ சொல்லிருக்கேன்,

அரைமணி நேரமாக நீ எங்க போயிருக்கன்னு தெரியாம பதறி போய் ஒக்காந்திருக்கேன், உன் மொபைலுக்கு கால் பண்ணா அவுட் ஆப் கவரேஜ் ஏரியான்னு வருது" என்று கத்தி முடித்து, என்னிடம் சாவியை வாங்கி கதவை திறந்து உள்ளே சென்றான்.

வீட்டினுள் வந்ததும், சாரிங்க, நீங்க இவ்ளோ சீக்கிரமா வருவீங்கன்னு நினைக்கலன்னு சொல்லி முடிப்பதற்கு முன், "செம கோவத்துல இருக்கேன் என் கிட்ட அடி வாங்கிறாத" என்று சொல்லிட்டு உள்ள போய் கதவை டம்முன்னு அடித்ததும் என் கண்களில் இருந்து நீர் சொட்டியது.

அவன் கோபம் சற்று தணிந்ததும் வந்து பொறுமையாக எடுத்து கூறினான், "இங்க பாருடி பொண்டாட்டி, உன் மொபைல் நம்பரும் ரீச் ஆகல, உன்னையும் ஆளைக்காணோம், உங்க அம்மா கிட்ட கால் பண்ணி சொல்லிட்டு போயிருக்கியான்னு கேக்க கால் செஞ்சா அவுங்களும் இல்லன்னு சொன்னதும் பதறிட்டேன்,உன்ன பாத்து அப்படி கத்தியிருக்கக் கூடாது தான், சாரிடி, புருஷன மன்னிச்சுடு, இதுக்கு போய் ஏன், இப்படி மூஞ்சிலாம் வீங்குற அளவுக்கு அழுதுட்டு இருக்க, இனி கால் பண்ணி சொல்லிட்டு போகனும் சரியா?" என்று கேட்டான். அவன் இதை சொன்னதும் அவன் மேல் சாய்ந்து என் அழுகை கூடியது, "புருஷன், பொண்டாட்டி கால்ல விழுந்து சாரி சொல்றேன், இப்படி அழுகாத, மனசு ரொம்ப கஷ்டமா இருக்கு"ன்னு சொல்லி, வீட்டில் இருப்பது நாங்கள் இருவர்தான் என்று தெரிந்தும், சுற்றி முற்றி பார்த்து எதிர் பார்க்காத நேரத்தில் என் காலில் விழுந்தான். அந்த தருணம் இன்னும் என் கண்களில் இருக்கிறது, சட்டென்று நகன்று, எந்திரிங்கன்னு சொன்னதும், என் முகம் வெட்கத்தில் சிவப்படைந்து அவனது கோபம் முடிந்தது.

***

ஆதியில் அவன் முகத்தில் உள்ள சிகப்பினை,அந்தத்தில் என் முகத்தில் அச்சிவப்பினை பிரதிபலிக்கச் செய்தான்

பாசம், அக்கறை, குழப்பங்கள், வீட்டின் பொறுப்புகள், ரொமான்ஸ், பொது இடங்களில் அவன் என்னிடத்தில் காட்டும் கண்ணியம், வீட்டினுள் அவனது அத்து மீறல்கள், சண்டைகள், அந்த சண்டைக்குப்பின் உள்ள காதல், அழுகைகள், அவனை மிஸ் பண்ணிய நாட்கள், அவனின் கொஞ்சல்கள், கெஞ்சல்கள், அவன் கோவப் படும்பொழுது இருக்கும் என் அமைதி, நான் கோவப்படும்பொழுது என்னை சரி செய்ய அவன் எடுக்கும் முயற்சிகள் இவை அனைத்தும் எங்கள் உறவுகளை வலுப்படுத்தியது. காதலில் அவன் என்னிடம் பேசிய வார்த்தைகளை விட, அவனிடம் நான் கேட்கின்ற வினாக்கள் தான் அதிகம். வெகு வேகமாக திருமணமாகி எட்டு மாதங்கள் உருண்டோடியது.

•••எதிர்பார்ப்பின் ஏக்கங்கள்•••

எட்டு மாதங்கள் அழகாக கடந்தன, ஆனால் இந்த இரண்டு மாதங்களாக சிறு பொறி போல் என் வீட்டிலும், அவன் வீட்டிலும் குழந்தை பேச்சு மெல்ல அடி படத் தொடங்கியது. என் மாமியாரை, அவன் என்னிடம் இதை பற்றி ஒரு பொழுதும் கேட்க விட்டது இல்லை.

பல நாட்கள் நாங்கள் இதை பற்றி பேசியது உண்டு, பேச்சின் இறுதியில் என் மனம் கலங்க கூடாது என்ற காரணத்தினால், கடவுள் உன்ன போல அழகா ஒரு பேபியை ரெடி பண்ணிட்டு இருக்காருன்னு சொல்லி சமாதானம் செய்வான்.

***

என்னிடம் உறவினர்கள் யாராவது இதை பற்றி கேட்டால், நான் பேசுவதற்கு முன் அவன் வந்து பதில் கூறி அங்கிருந்து என்னை கூட்டிச் செல்வான், ஆனால் அதை நான் யோசித்து ரொம்ப ஸ்ட்ரெஸ் ஆகுறேன்னு அவனுக்கு தெரிந்தது, அதனால் அவன் குழந்தையை நினைத்துப் படும் கவலையை என்னிடம் பெரிதும் காட்டிக் கொண்டது இல்லை. அவன் மறைத்தாலும் அவனின் ஏக்கத்தை என்னால் புரிந்து கொள்ள முடிந்தது.

ஓர் இரவு மாடியில் நிலவு சோறு சாப்பிடலாம் என்று முடிவு செய்து சென்றோம், அவனிடம் நான் மெதுவாக தொடங்கினேன்,

மீரா: என்னஙக உங்க கிட்ட ஒன்னு கேக்கட்டா?

விஷ்வா: ஹ்ம்ம் கேளுடி என்ன?

மீரா: நான் ப்ரெக்னென்ட் ஆனா நீங்க எவ்ளோ ஹாப்பியா பீல் பண்ணுவீங்க?

விஷ்வா: ஏண்டி யாராவது உன் கிட்ட ஏதாவது கேட்டாங்களா? எங்க அம்மா ஏதாவது சொன்னாங்களா? திடீர்ன்னு ஏன் இந்த கேள்வி?

மீரா: சும்மா தான் கேக்கறேன் சொல்லுங்க, தெரிஞ்சிக்கணும்னு ஒரு ஆசைதான், நீங்க சொல்லுங்க.

விஷ்வா: உலகத்துல உள்ள எல்லாமே எனக்கு கிடைச்ச மாதிரி இருக்குடி, என் உயிர் உனக்கு உள்ள இருக்கும்.

என் உயிர் என்பதால் என்னைப்போல் சாயல், உன்
தொப்புள்கொடி உறவு என்பதால் உன்னைப்போல் குணம்

நம்ம ரெண்டு பேரோட சாயல்ல ஒரு பிள்ளை, நினைச்சாலே சந்தோஷம் தானடி பொண்டாட்டி.

***

மீரா:என்னோட ப்ரெக்னென்ட் டைம்ல எப்படில்லாம் என்ன பாத்துப்ப?

விஷ்வா:உன் மனசு எப்பயும் ஹாப்பியா இருக்குற மாதிரி பாத்துக்குவேண்டி.நீ ஹாப்பியா இருந்தா தான், நீ ஹெல்த்தியா நல்லா இருப்ப, நீ ஹெல்த்தியா இருந்தா நம்ம பாப்பாவும் உள்ள ஹெல்த்தியா இருக்கும்.

மீரா:அப்படி சொல்றிங்களோ! உங்க பிள்ளைக்காக என்ன ஹாப்பியா பாத்துக்குவேன்னு சொல்றிங்க அப்படித்தான??

விஷ்வா:அட என் செல்லம், எனக்கு எப்பயும் என் பொண்டாட்டி ஹாப்பினஸ் தான் முக்கியம், அடுத்து தான் எல்லாம்.

மீரா:போடா பொறுக்கி, நம்பிட்டேன் உன்ன.

விஷ்வா: என்ன இப்படி சொல்லிட்ட? இவ்ளோ நாள் உன்ன எப்படி பாத்துக்கிட்டேன்?

மீரா: சரிப்பா சரி, ரொம்ப நல்லா என்ன பாத்துக்கிட்டிங்க, எங்க அம்மா, அப்பா கூட எவ்ளோ சந்தோஷமா இருந்தேனோ, அதுக்கு கொஞ்சம் கூட குறைவே இல்லாம என்ன பாத்துக்கிறிங்க. இன்னும் சொல்லனும்னா இங்க கொஞ்சம் அதிகமாவே ஹாப்பியா இருக்கேன்பா.

விஷ்வா: இங்க வா என் மேல சாஞ்சிக்கோ சொல்றேன், ஒரு ஒரு மாசமும் உன்ன ஹாப்பியா, ஈஸியா கடந்து போக வைப்பேண்டி. எங்க அம்மா சொல்லி கேள்வி பட்டுருக்கேன் என் ஆங்கிரி பேர்ட்க்கு இத விட அதிகமா கோவமும், வாமிட்டும், எரிச்சலும் வருமாம், உன்னோட சிணுங்கல்களை உன் பக்கத்துல இருந்து தாங்குவேன், என் செல்லத்துக்கு ஜூஸ் எல்லாம் கரெக்டான நேரத்துக்கு குடிக்க வைப்பேன்.

***

மீரா:எனக்கு உடம்பு சரி இல்லேன்னா உங்கள டார்ச்சர் பண்ணிடுவேன்.

விஷ்வா: நீ அப்போ என்ன திட்டுனா, எரிஞ்சி விழுந்தாலோ நான் உன் மேல கோவப்பட மாட்டேன் சரியா? டாக்டர் கிட்ட எல்லா செக்கப்புக்கும், உன் கூட நான் வருவேண்டி, ஸ்கேன் பாக்கும்போது, பிள்ளையோட முதல் ஹார்ட்-பீட் கேக்கும்போது, உன் பக்கத்துல உன் கை புடிச்சிட்டு நிக்கணும்னு ஆசைடி, நாள் ஆகஆக உன்ன விட எனக்கு தான் பயம் கூடும். உன் வயிரு மேல தல வச்சி என் செல்ல பிள்ளை மூலமா, என்னோட குட்டி பிள்ளைட்ட பேசுவேன். இந்த மாதிரி நிறைய இருக்கு, இது நான் கொஞ்சம் தான் சொல்லிருக்கேன்.

மீரா: டெலிவெரி அப்போ என் கூட இருக்கனும் நீங்க சரியா?

விஷ்வா: டெலிவெரி ஆக போற நிமிஷம் நீ அனுபவிக்கிற அந்த வலி என்னோட மரண வலி, உன்ன தனியா அந்த வலிய கஷ்டப்பட விட மாட்டேன், கூட நான் இருந்து, அந்த வலிய நானும் ஷேர் பண்ணிப்பேன் மீரா.பேபி பிறந்ததும், அந்த பிஞ்சு முகத்தை பார்த்ததும் நம்ம ரெண்டு பேருக்கும் அந்த வலி போய்டும்.

மீரா: ச்ச்சச நல்லா இருக்கு, எனக்கு இப்போவே அந்த டேஸ்க்கு போய் வாழ்ந்து பாக்கணும்ன்னு இருக்குங்க.

என்று சொல்லி முடித்ததும், என் கண்கள் கலங்குவதை சுதாரித்தான், நீ எனக்கு செய்ய போற கொடுமைய இப்போவே ஏண்டி எனக்கு ஞாபக படுத்துறன்னு சொல்லி வேறு பேசத் தொடங்கினான். பேசிக்கொண்டே அவன் மடியில் தலை வைத்து படுத்து தூங்கிவிட்டேன்.

***

•••இரண்டு மாதங்களுக்கு பிறகு•••

அவன் நேற்று இரவு களைப்பாக வீடு திரும்பினான், அவன் அதை என்னிடம் காட்டிக் கொள்ளாமல், மல்லிகை பூ வாங்கி வந்து கொடுத்துவிட்டு, கிளம்பி ரெடி ஆகு நம்ம வெளில போய் சாப்பிடலாம்ன்னு சொன்னான், எப்பயும் இல்லாத கொஞ்சல்கள் அவனிடம் காணப்பட்டது. அவனுக்கு என்னிடம் இருந்து ஏதோ ஒரு விஷயத்திற்கு அனுமதி தேவை பட்டதை உணர்ந்தேன்.

ஹோட்டலில் இருவரும் சென்று அமர்ந்து, ஆர்டர் செய்து, சாப்பிட ஆரம்பித்ததும், அவன் மெதுவாக என்னிடம் ஆரம்பித்தான், பொண்டாட்டி நான் உன் கிட்ட சொல்றத முழுசா, கேட்டுட்டு பேசு என்று முன்கூட்டியே சொல்லி ஆரம்பித்தான்.... "நாளைக்கு எங்க ஆஃபிஸ்ல இருந்து ஒரு நேஷனல் லெவல் காம்பெட்டிஷன் இருக்குடி அதுல எனக்கு, கலந்துக்கணும்ன்னு தோணுது, அதுனால உன் கிட்ட கலந்துக்கவான்னு கேக்கறேன், ப்ளீஸ் வேண்டாம்ன்னு சொல்லிடாதடி பொண்டாட்டி" என்று கூறி மர்மமான முற்றுப் புள்ளி வைத்தான்.

என்ன காம்பெடிஷன் என்று கேட்டதும், அமைதிக்கு பின் கூறினான், ரேஸிங் காம்பெடிஷன், நடக்க போகுது, வின் பண்ணினா செமையா இருக்கும், நிறைய கிப்ட்ஸ் எல்லாம் உண்டு என்று சிறு பிள்ளை போல் என்னை சமாதானம் செய்ய முயற்சித்தான். இந்த ஒரு தடவை மட்டும் போய் கலந்துக்குறேன்னு சொன்னான்.

எனக்கு இது எல்லாம் பிடிக்கல, ரேஸிங் போக மாட்டேன்னு சொல்லித்தான் என் மேல ப்ராமிஸ் செஞ்சீங்க, இப்போ இப்படி கேட்டுட்டு இருக்கீங்க என்று அவனிடம்

கனத்த குரலில் கேட்டேன். அரை மணி நேரம் எங்கள் இடையே வாக்குவாதம் நடந்தது.

உன் இஷ்டம் என்ன நாளும் செஞ்சிக்கோ என்று நான் கூறினால், எனக்கு அந்த விஷயம் பிடிக்கவில்லை என்று நன்கு அறிந்தவன்.

ஆனால் அன்று, "நான் நாளைக்குரேஸிங் போக போறேன் அவ்ளோதான்" என்று அவன் சொன்னதும், இருவரின் கோவத்தால் அந்த தருணம் அமைதியாக கடந்தது. வீட்டிற்கு வந்து நாங்கள் படுக்கை அறைக்கு செல்லும் பொழுது கூட, எங்களின் மௌனங்கள் முதல் முறையாக தொடர்ந்தது.

காலையில் எழுந்து சமைத்து வைத்தேன், ஆனால் அதை அவன் எடுத்துக் கொள்ளாமல், ஆ.:.பிஸிற்கு சென்றுவிட்டான். மனசு கேட்காமல் ரேஸிங் போக வேண்டாம் என்று சொல்லி அவனிற்கு மெசேஜ் அனுப்பினேன் ஆனால் அவனிடம் இருந்து ஒரு காலும், ரிப்லையும் வரவில்லை.

அவன் சென்றதும் வீடை ஒதுங்க வைத்தேன், பின் மதியம் என் மனதில் இருக்கும் குழப்பங்களை நினைத்துக்கொண்டு உறங்கினேன், எழுந்ததும் வீட்டின் வேலைகளை தொடங்கினேன். ஹாலில் உள்ள, காலண்டர் தேதியை கிழிக்கும் பொழுதுதான், இன்று தேதி என்னவென்று ஞாபகம் வந்தது, சட்டென்று அருகில் இருந்த மெடிக்கல் ஷாப்பிற்கு சென்று, ப்ரெக்நென்சி டெஸ்டர் வாங்கி வந்து, டெஸ்ட் செய்ததும் அந்த ஒரு நிமிஷம் என் ஹார்ட் வெளியில் வந்து விழுவது போல் இருந்தது, அதில் இரண்டு சிகப்பு கோடுகள் விழுந்தன, கண்களில் இருந்து ஆனந்த கண்ணீர் சொட்டியது. இதனை என் மனம் அவனிடம் சொல்லத் துடித்தது, ஆனால் அவன் ரேஸிங்கில் இருப்பான் என்று என் மனம் பதறியது.

***

எங்கள் காதல் துளிர்த்த இடம், நேரம், காலம் அனைத்தையும் எண்ணிப் பார்க்கையில் கண்களில் கண்ணீருடன், இதழோரம் சிரிப்புடன் அமர்ந்திருந்தேன் எங்கள் இருக்கையில் அவன் வருகையை எதிர்பார்த்து.

அவன் ரேஸிங் ஐந்து மணிக்கு ஆரம்பிக்கும் என்று சொல்லி இருந்தான், மணி 6 அடித்தது, என் மனம் வேகமாக அடிக்கத் தொடங்கியது, என் பயத்தை அதிகரிக்கும் வகையில், வீட்டின் காலிங் பெல் அடித்தது, கையில் வைத்திருந்த டீ கப்பை, வைத்து விட்டு, கதவை திறந்ததும், என்னவன் என் முன் நின்றான்.

உன்னைத்தாண்டி என்னால ரேஸிங் போக முடியல, உன்கிட்ட காலேல சண்டை போட்டதுல இருந்து, மனசுக்குள்ள ஒரு அதிர்வு இருந்துகிட்டே இருந்தது, உன்ன தாண்டி என்னால எதுவும் யோசிக்க முடியல பொண்டாட்டி. நீ வேணுங்கிறத தவிர வேறு எந்த வேண்டுதலும் எனக்கு இல்ல, என் ஆசை, சந்தோஷம் எல்லாமே நீ தான், சத்தியமா உன்ன தாண்டி என்னால எதுவும் செய்ய முடியாது,

***

மன்னிச்சுடு பொண்டாட்டி என்று சொல்லி என்னை தூக்கி உள்ளே வந்தான்.

அவன் என் மடியில் தலை சாய்ந்தான், அவனின் தலை கோதி, "என் மீது நீ சாயும் தருணம், இந்த உலகத்தில், இரண்டு பிள்ளைகளை சுமக்கும் படியில் நான் முதல் கால் எடுத்து வைத்த நொடியென உணர்கிறேன்' என்று எங்களது சந்தோஷத்தை, எங்களது உயிரின் ஆரம்பத்தை உணர்த்தினேன் என்னவனிடம்.

ஜென்ம ஜென்மங்களுக்கு எங்கள் காதல் வாழ்க்கையின் அத்தியாயம் தொடரும் என்று கூறி எங்கள் காதல் கதையின் இறுதிக்கு வருகிறேன்.

அன்பில் அவன்

ஜென்மாந்திர காதல் பயணம்

தங்களுக்கு இக்கதை பற்றிய அனுபவங்கள், கருத்துக்கள் மற்றும் விமர்சனங்கள் ஏதேனும் இருந்தால் என்னுடைய மின்னஞ்சல் பக்கத்தில் பதிவிடலாம்

dharshmohan29@gmail.com

மேலும் தங்களின் கருத்துகளை பதிவு செய்ய

Facebook: www.facebook.com/AaruthraDharshMohan

Facebook page: anbil_avan

Instagram: www.instagram.com/anbil_avan

Website: www.dharshdiary.wordpress.com

***

www.ingramcontent.com/pod-product-compliance
Lightning Source LLC
La Vergne TN
LVHW040012051026
849525LV00003B/823
* 9 7 9 8 8 9 4 7 5 5 3 9 7 *